ஹேபர்மாஸ்

இரா. முரளி

பரிசல்

ஹேபர்மாஸ்
இரா. முரளி©
பரிசல் முதல் பதிப்பு: செப்டம்பர் 2022

வெளியீடு: பரிசல் புத்தக நிலையம்
235, P. பிளாக் MGR முதல் தெரு,
MMDA காலனி, அரும்பாக்கம், சென்னை 600 106.
பேச: 9382853646, 8825767500
மின்னஞ்சல்: parisalbooks@gmail.com

அச்சுக்கோப்பு : வி. தனலட்சுமி

அச்சாக்கம்: கம்ப்யூ பிரிண்டர்ஸ், சென்னை 600 086.

பக்கம்: 102

விலை ரூ: 110

Hebermus
R. Murali ©
Parisal First Edition: September 2022

Published by : Parisal Putthaga Nilayam
No. 235, 'P' Block, MGR First Street,
MMDA Colony, Arumbakkam, Chennai - 600 106.
Mobile: 9382853646, 8825767500
Email: parisalbooks@gmail.com

DTP : V. Dhanalakshmi

Printed at: Compu Printers, Chennai - 86.

ISBN : 978-93-91949-71-6

Pages: 102

Price Rs. 110

என்னுரை

2006 ல் பரிசல் வெளியீடாக இருபதாம் நூற்றாண்டு மார்க்சியம் எனும் வரிசை நூல்களில் முதல் பதிப்பாக வெளி வந்த இந்த சிறிய நூல் மீண்டும் இரண்டாம் பதிப்பாக வெளிவருகின்றது. பொது வெளி மற்றும் மதங்கள் பற்றி சமீப காலத்தில் ஹேபர் மாஸ் வெளியிட்ட கருத்துக்கள் இதில் கூடுதலாக சேர்க்கப்பட்டுள்ளன.

1929 இல் பிறந்தவர் ஹேபர்மாஸ். நம் காலத்தில் உலகத்தையே ஈர்த்த முக்கியமான தத்துவ அறிஞர் இவர். 93 வயதிலும் சுறுசுறுப்பாக இயங்கி வருகிறார். 2018 இல் ஜெர்மன் பிரெஞ்சு ஊடக விருது இவருக்கு வழங்கப்பட்டுள்ளது. 1700 பக்கங்கள் கொண்ட" தத்துவத்தின் வரலாறு" என்ற அடுத்த பிரம்மாண்டமான நூலை அவர் படைத்து வருகிறார்.

அதுமட்டுமல்ல, ஜெர்மானிய அரசியல் நிகழ்வுகள் குறித்து ஆழமான கருத்துக்களை வெளியிட்டு வரும் பொது அறிவு ஜீவி ஆகவும் இருக்கின்றார். 1962ல் மாணவர் புரட்சிக்கு இவருடைய எழுத்துக்கள் எழுச்சியைக் கொடுத்தது. இவரை தங்களுக்கான வழிகாட்டியாகவே அவர்கள் கருதினார்கள். பின்னர் அவர் எழுதிய தொடர்புச் செயல் கோட்பாடு குறித்த இரண்டு நூல்கள் உலகெங்கிலும் தத்துவ அறிஞர்களால் பேசப்பட்டது. மார்க்சியத்தின் நீட்சியாக அவர் ஜனநாயகம் குறித்தும், போர் குறித்தும்,

பொதுவெளி குறித்தும், முற்றிலும் மாறுபட்ட அதேசமயம் அறத்தின் அடிப்படையில் ஒருங்கிணைய வேண்டிய அவசியத்தையும் அவர் தன்னுடைய நூல்களில் விளக்கி இருக்கிறார்.

நவீன மார்க்சியராக பிராங்க்பர்ட் மார்க்சிஸ்டாக அடையாளம் காணப்பட்ட ஹேபர்மாஸ், காலம் செல்லச் செல்ல தன்னுடைய தத்துவப் பாதையை ஜனநாயகம் குறித்து அக்கறை கொண்ட கருத்தியலாக மாற்றிவிட்டார்.

இன்றைய நிலையில் அவரை மார்க்சியராக அடையாளம் காண முடியுமா என்பது கேள்விக்குறியே. இவருடைய அரசியல் சித்தாந்தங்கள் ஜெர்மன் அரசுக்கு, மக்களுக்கு பெரும் வழிகாட்டியாக திகழ்கிறது என்றால் மிகையாகாது.

இவருடைய தத்துவப் பங்களிப்புகளை தமிழ் வாசகர்களுக்கு அறிமுகம் செய்யும் முகமாக இந்த சிறிய நூலை வெளிக்கொண்டு வரும் பரிசல் பதிப்பகம் தோழர் செந்தில்நாதன் அவர்களுக்கு என் நன்றியைத் தெரிவித்துக் கொள்ளுகின்றேன்.

இரா.முரளி

14.08.2022

முன்னுரை

யூர்கன் ஹேபர்மாஸ் பிராங்க்பர்ட் மார்க்சியப் பள்ளியின் இரண்டாவது தலைமுறையைச் சேர்ந்த சிந்தனையாளர். இருத்தலியம், பிராய்டியம், நவீனத்துவம், பின்னை நவீனத்துவம் ஆகிய தத்துவங்கள் ஐரோப்பாவில் அறிவொளி இயக்கத்தையும் பகுத்தறிவுச் சிந்தனையையும் தீவிரமாக விமர்சித்து வந்த காலத்தில் ஹேபர்மாஸ் வேறுவிதமாகச் சிந்தித்தார். கான்ட், ஹெகல், மார்க்ஸ் ஆகிய மூவருமே அறிவின் சமூக விமர்சனப் பாத்திரத்தை வலியுறுத்தியவர்கள்; அதனை மேலும் வலுவாக்க முடியும் என்ற நிலைப்பாட்டை முன்னெடுத்துச் சென்றவர் ஹேபர்மாஸ். மீஷல் பூக்கோவைப் போல அறிவு வகைகளுக்குப் பின்னாலுள்ள சமூக நலன்களை ஹேபர்மாஸ் வலியுறுத்தினார். உரையாடல், விவாதங்கள் ஆகியவற்றினூடாக தங்குதடை விலக்கி பரவலாகிச் செல்லும் சமூகம் தழுவிய புரிதல்கள் சமூக விமர்சனச் செயல்பாட்டிற்கு ஆதாரமாக வேண்டும் என்ற கருத்தினை அடிப்படையாகக் கொண்டு அவரது தத்துவம் உருவாகியது. பரஸ்பரப் புரிதல் எனும் நிகழ்வின்போது பரஸ்பர நலன்கள் அங்கீகரிக்கப்படுகின்றன என்று ஹேபர்மாஸ் கருதியிருக்கலாம். வர்க்கங்களை ஊடறுத்து அறிவின் விமர்சனச் செயல்பாடு பரவ முடியும் என ஹேபர்மாஸ் நம்பினார். ஐரோப்பாவில் வர்க்கங்கள் புரட்சியை முன்னெடுத்துச் செல்லாத சூழல்களில் அறிவு அதனை இட்டுச் செல்லும் திட்டத்தை ஹேபர்மாஸ் முன்மொழிந்தார்,

ஹேபர்மாஸ் அவரது திட்டத்தைத் தொடர்புச் செயல்பாடு (Communicative Action) என்று பெயரிட்டு அழைத்தார்.

பின்னை நவீனத்துவவாதிகள் இவரிடம் தீவிரம் போதாது – என இவரை விமர்சிப்பர். கம்யூனிஸ்ட் புரட்சியாளர்கள் ஹேபர்மாஸ் சமூக சனநாயகத்தின் தத்துவவாதி என்பர். ஆயின் மொழி, பகுத்தறிவு மரபு, சமூகத்தின் பொது விவாதத் தளம் ஆகியவற்றின் விமர்சன உள்ளாற்றல்களை நம்பிக்கையோடு எடுத்துக் காட்டியவர் என்று இவரைக் கொள்ளலாம். செயல்பாட்டுத்தளம் உருவாக புதல் தளம் உருகாயிருக்க வேண்டும் என்பதிலும் நியாயம் உண்டு என்ற புரிதலை ஹேபர்மாஸ் சமூகமயப்படுத்தினார். சாதி, மதம் முதலான இறுக்கங்கள் நிறைந்த நமது நாட்டில் அறிவுத்துறையின் செயலூக்கமான பாத்திரத்தை ஹேபர்மாஸ் வலியுறுத்துபவராக இருக்கலாம். நமது சாதிகளும் மதங்களும் விமர்சன அறிவின் ஆற்றல்களை அங்கீகரிக்குமா?

– நண்பர் இரா.முரளி மதுரைக் கல்லூரிகளில் தத்துவ யியல் பேராசிரியராக உள்ளார். இவரது டாக்டர் பட்டம் ஹேபர்மாஸ் பற்றியது. மனித உரிமை இயக்கம், கல்லூரி ஆசிரியர் சங்கச் செயல்பாட்டாளர். பிராங்க்பர்ட் மார்க்சியம் பற்றிய அறிமுகம், ஹேபர்மாஸின் கருத்துநிலைகள், அவர் குறித்த விமர்சனங்கள், சமீபகால அரசியலில் ஹேபர்மாசின் நிலைப்பாடுகள் ஆகியவற்றை அவர் எளிய மொழியில் எடுத்துக் கூறியுள்ளார். தமிழில் இவரது முதல் நூல் இது.

இருபதாம் நூற்றாண்டில் உலகின் பல்வேறு வட்டாரங்களில் நடந்து வந்துள்ள மார்க்சிய விவாதங்களைப் பதிவு செய்ய விழையும் இந்த நூல் வரிசையில் டாக்டர் முரளியின் நூலை வாசகர்கள் விரும்பிப் படிப்பார்கள் என்றே கருதுகிறோம்.

3.1.2007

ந. முத்துமோகன்

உள்ளே

1. விமர்சனக் கோட்பாடு : ஓர் அறிமுகம் — 9
2. ஹேபர்மாஸ் — 21
3. அறிவும் மனிதநலன்களும்
   (Knowledge & Human Interests) — 28
4. தொடர்புச் செயல் கோட்பாடு
   (Theory of Communicative Action) — 38
5. தொடர்புநெறிக் கோட்பாடு
   (Communicative Ethics) — 52
6. பொது வெளி — 63
7. ஹேபர்மாஸியமும் – மார்க்சியமும் — 77
8. உலகமயமாதல் – பயங்கரவாதம் –
   தொடர்புச் செயல் கோட்பாடு — 84
9. மதங்கள் குறித்து ஹேபர்மாஸ் — 93
10. முடிவாக... — 100

விமர்சனக் கோட்பாடு : ஓர் அறிமுகம்

மார்க்சியம் பலவித ஆய்வுகளுக்கும் விமர்சனங்களுக்கும் மறு கட்டமைப்புகளுக்கும் ஆளாகி வருகின்றது என்பது வரலாற்று உண்மையாகும். இப்படி மறுவாசிப்பையும், விமர்சனங்களையும் அதிக அளவில் மார்க்சியம் மீது முன்வைத்த நிறுவனம் பிராங்க்பர்ட் பள்ளியாகும். ப்ராங்க்பர்ட் பள்ளியின் விமர்சனக் கோட்பாடு முதலாளித்துவத்தின்மீது கடுமையான விமர்சனத்தை வைத்தது. பிராங்க்பர்ட் பள்ளியின் சிந்தனை வடிவங்களை 'விமர்சனக் கோட்பாடு' என்றழைக்கின்றனர். '

ஜெர்மனியில், பெலிக்ஸ் வெய்ல் என்பவர் தன்னுடைய தந்தையை எவ்வாறோ ஒத்துக் கொள்ளச் செய்து, லட்சக்கணக்கான பணத்தைச் செலவு செய்து 1922- ல் சமூக ஆய்விற்கான ஆய்வகம் ஒன்றினை பிராங்க்பர்ட் பல்கலை கழகத்துடன் இணைத்துத் தொடங்கினார். தொழிலாளர்களின் இயக்கங்களில் நாட்டம் கொண்ட பெலிக்ஸ் மார்க்சியத்தின் பல்வேறு பிரச்சினைகளை ஆய்வு செய்வதின் நோக்கமாக இவ்வாராய்ச்சி நிறுவனத்தைத் தொடங்கினார். பிராங்க்பர்ட் பல்கலை கழகத்தில் பிற துறைகள் எவ்வாறு செழிப்பாக செயல்பட்டனவோ அந்த அளவு மார்க்சியம் - குறித்த ஆய்வுகளும் முன்னேற வேண்டும் என அவர் விரும்பினார். '

குர்ட் ஆல்பர்ட் ஜெர்லாச் (Kurt Albert Gerlach) என்பவரைத் தொடர்ந்து கார்ல் கிரன்பெர்க் இதன் இயக்குநனராக பொறுப்பேற்றார்.

இக்காலகட்டத்தில் மார்க்சியம் அறிவியலாகக் காணப்பட்டது. எனவே, பிராங்க்பர்ட் ஆராய்ச்சி நிறுவனத்தின் முக்கிய செயல்பாடுகள் முதலாளித்துவம், பொருளாதார திட்டமிடல், சீனாவின் பொருளாதார அமைப்பு, பிரான்சின் விவசாய உறவுகள் போன்றவை பற்றிய ஆய்வுகளாக அமைந்தன. மேலும் சோவியத் ரஷ்யாவின் பலத்த ஆதரவுடன் மார்க்ஸ், ஏங்கல்ஸின் அச்சிடப்படாதப் பதிப்புக்களை வெளியிடுவது போன்ற செயல்களும் நிகழ்ந்தன. கிரன் பெர்க்கினிட மிருந்து நிறுவனத்தின் பொறுப்பு மார்க்ஸ் ஹோர்க்ஹைமர் எனும் இளைய ஆராய்ச்சியாளரிடம் 1931–ல் ஒப்படைக்கப்பட்டபோது, பிராங்க்பர்ட் பள்ளியின் தன்மையே முற்றிலும் மாறத் தொடங்கியது.

முப்பதுகளில் – பிராங்க்பர்ட் பள்ளியின் வருகைப்பதிவில் பல இளம் அறிஞர்களான தியோடர் அடர்னோ, லியோ லோவென்தல், ஏரிக் பிராம், பெரட்ரிக் பொல்லாக், ஹெர்பர்ட் மார்க்யூஸ், வால்டர் பெஞ்சமின் போன்றவர்களின் பெயர்கள் பதியத் தொடங்கின. பின்னர் சிலர் இவ்வமைப்பை விட்டு விலகினர். அடர்னோ மற்றும் ஹோர்க்ஹைமர் இருவரும் வாழ்நாள் முழுவதுமாக இணைந்து இந்நிறுவனத்திற்காக தங்களை அர்ப்பணம் செய்து புதிய பரிமாணங்களை சமூக அறிவியலுக்கு அளித்தது குறிப்பிடத்தக்கதாகும். இவர்களின் ஆய்வு கருத்துக்களே நவீன விமர்சனக் கோட்பாடு என அடையாளம் காணப்படத் தொடங்கின..

கருத்தியலுக்கும், செயலுக்கும் உள்ள தூரம் மிகவும் அதிகமாக உள்ளதால் அதை விலக்க வேண்டும் என்பதை இவ்வியக்கம் குறிக்கோளாகக் கொண்டது. மார்க்சியத்தின் அடிப்படையான தொழிலாளர்– புரட்சி உறவு விரிசலடைவதைக் காணும்போது, புதிய ஒளி தேவைப்படுவதாக விமர்சனக் கோட்பாட்டாளர்கள் கருதினார்கள். அதற்கான இயக்கத்தைக் கட்ட முயற்சிகள் மேற்கொள்ளப்பட்டன. இவ்வியக்கம் மார்க்சிய பொருள் முதல்வாதத்திலிருந்து விலகிச் சென்றது.

இன்றைய மனிதனின் அறிவு என்பது வெறும் கணிதம் சார்ந்தது அல்ல, மாறாக சமூகத்தை விமர்சனப் பார்வையில் புரிந்து கொள்ளும் அறிவாகும். அதன் மூலம் வாழ்க்கைக்குரிய நியாயமான தேவைகளை அடைதலும் ஆகும் என்பது விமர்சனக் கோட்பாட்டின் அடிப்படை அம்சம் ஆகும். விமர்சனக் கோட்பாட்டாளர்கள் மார்க்சியத்தை அடிப்படையாகக் கொண்டு செயல்படத் தொடங்கிய போதிலும், பின் முரண்பட வேண்டியத் தேவை உண்டா யிற்று.

மரபு சார்ந்த கொள்கைகளை, பழைய தத்துவ சிந்தனைகளை விமர்சனம் செய்யத் தொடங்கிய விமர்சனக் கோட்பாட்டில் மார்க்சியமும் மரபு சார்ந்த கருத்தாக்கமாகவே கொண்டு விமர்சிக்க வேண்டிய நெருக்கடி ஏற்பட்டது. ஹோர்க்கைமர் மிகவும் வித்தியாசமான முறையில் கண்டறிந்த சில தத்துவ அணுகுமுறைகள் அவராலேயே தொடர்ந்து கொண்டு செலுத்த இயலாத நிலை ஏற்பட்டது. மார்க்ஸிய பாரம்பரிய கருத்தாக்கங்களையே அவர் பயன்படுத்தினார்,

தனி மனிதனுக்கும், சமூகத்திற்குமான உறவு குறித்த விளக்கங்கள், புரிதல்கள் விமர்சன கோட்பாட்டின் முக்கிய அம்சம் என ஹோர்க்ஹைமர் கருதினார். தனிமனித மகத்துவம், சுதந்திரம், சிந்தனை என்பவையே முக்கியம் என முன்மொழிந்த பூர்ஷ்வா கோட்பாடுகளைக் கடுமையாக விமர்சித்தார். மாறாக விமர்சனக் கோட்பாட்டை முன்வைத்தார். விமர்சன ரீதியான சிந்தனை என்பது தனி மனிதனைப் பற்றியதோ அல்லது கூட்டான மனிதர்கள் பற்றியதோ அல்ல! அதன் கருப்பொருள் என்பது வரையறுக்கப்பட்ட தனி மனிதன் பிறநபர்களுடன் கொள்ளும் உறவு குறித்தும், குறிப்பிட்ட வர்க்கம் குறித்த பிளவுகளும், சமூகத்தின் ஒட்டு மொத்த தன்மை குறித்தும், அதன் உறவுகள் பற்றியுமானதாக அமைந்துள்ளது என்கிறார் ஹோர்க்ஹைமர். இந்த வரையறுக்கப்பட்ட தனிமனிதன் என்பவன் மார்க்சிய கருத்தின்படி தொழிலாளியே ஆவான்.

இப்படிப்பட்ட கருத்தாக்கங்களுடன் விமர்சனக் கோட்பாட்டை முன்மொழிந்த ஹோர்க்ஹைமர் மரபுசார்ந்த கோட்பாடுகள் விமர்சனமற்ற புறவயத்தன்மை கொண்டவையாக உள்ளன என்றும் அவை பெரும்பாலும் பூர்ஷ்வா சமூகத்தால் கட்டுப்படுத்தப்பட்ட அறிவாக உள்ளன என்றும் கூறுகிறார். இதனடிப்படையில் தொழில்நுட்ப அறிவைக் கொடுப்பது, வளர்ப்பது என்ற மரபுவழிக் கொள்கையின் முக்கிய நோக்கமானது ஆதிக்கம் செலுத்துவதே ஆகும் என்கிறார். கருத்தியல்களின் மூகமூடிகளைக் கிழிப்பதே விமர்சனக் கோட்பாட்டின் பணி என்கிறார்.

இந்தக் கட்டத்தில் நாம் ஜார்ஜ் லூக்காச்சின் (1885–1971) பங்களிப்பையும் நினைவில் கொள்ள வேண்டியுள்ளது. இவருடைய 'வரலாறும், வர்க்க உணர்வும்' (History and Class Consciousness) (1923) என்ற நூல் மிகவும் குறிப்பிடத்தக்க நூலாகும். லூக்காச்சின் பல கருத்துக்கள் மார்க்சின் பல கருத்துக்களுடன் ஒத்துப்போயின. லூக்காச் 'வரலாறும் வர்க்க உணர்வும்' என்ற புத்தகத்தை எழுதிய, பின்புதான், 1932–ல் மார்க்சின் 1844–ஆம் ஆண்டை சார்ந்த கையெழுத்துப்பிரதிகள் அச்சிடப்பட்டு வெளிவருகின்றன.

லூக்காச்சின் கட்டுரைகள் புரட்சிகர நம்பிக்கையைக் கொடுத்தன. புரட்சிக்கான பொருளாதார, சமுதாய நிலைகள் அவர் காலக் கட்டத்தில் நிலவுவதாக அவர் கருதினார். எனவே அச்சமயம் புரட்சிக்குத் தேவை பாட்டாளியின் வர்க்க உணர்வே ஆகும் என்பது இவர் கருத்து. இவரது பல்வேறு கருத்துக்கள் பலரை ஈர்த்தாலும் குறிப்பாக அவர் பொருளாதிக்கம் பற்றி முன்வைத்த சிந்தனை பிராங்பர்ட் பள்ளியினரை ஈர்த்தது எனலாம். லூக்காச் சரக்கு வழிபாடு அக்காலத்தில் தொடங்கி விட்டதாகக் கூறுகிறார். பொருளாதிக்கம் எங்கும் பரவத் தொடங்கி விட்டதாக அறிவிக்கின்றார். பொருளாதிக்கம் என்பது பரவியுள்ளது என்கிறார். உழைப்பாளி மிகவும் அந்நியப்பட்டு விட்டதை விளக்குகின்றார். உழைப்புப்பிரிவினை நுட்பமடைந்து

உழைப்பாளி முழு உற்பத்தி இயக்கத்தையும் பாக்கும் வாய்ப்பின்றி அந்நியமடைவதாகக் கூறுகிறார்.

பொருளாதிக்கம் மற்றும் முழுமை குறித்த லூக்காச்சின் சிந்தனை பிராங்பர்ட் சிந்தனையாளர்களால் ஏற்கப்பட்டன. ஆனால் அவர் முன்வைக்கும் வர்க்க உணர்வும், தாங்கள் முன் வைக்கும் விமர்சனச் சிந்தனையும் ஒன்றல்ல எனக் கருதினார்கள். பாட்டாளி வர்க்கம் புற உலகை மாற்றியமைத்து இரண்டுக்குமிடையே முழுமையான ஒத்திசைவை ஏற்படுத்தும் என்பதை இவர்கள் ஏற்கவில்லை. நடைமுறைக்கும், கோட்பாட்டிற்கும் இடையே பிரிக்க முடியாத ஐக்கியம் என்பது இல்லை என்று இவர்கள் கருதினார்கள். மானிடர்களுக்கிடையே பரஸ்பர தொடர்புக்கும், புரிதலுக்கும் இன்றியமையாததாய் விளங்கும் மொழிக்கு முக்கியத்துவம் தரப்பட வேண்டும் என்று கூறினார்கள் விமர்சனக் கோட்பாட்டாளர்கள்.

ஹோர்க்ஹைமருடன் இணைந்து பணியாற்றிய தியோடர் அதோர்னோ மிகவும் முக்கியமான சிந்தனையாளர் ஆவார். இவர் எழுதிய 'பண்பாட்டு தொழிற்சாலைகள்' (Culture Industry) எனும் நூல் மிகவும் கவனிக்கப்பட்ட, ஆராயப்பட்ட நூலாகும். ஹோர்க் ஹைமரும், அதோர்னோவும் சேர்ந்து 1947-ல் எழுதிய *"அறிவொளியின் முரண் வளர்ச்சி"* (The Dialectic of Enligtenment) என்ற நூல் பொருளாதிக்கத்திற்குரிய மேலை நாகரீகத்தைப் பற்றிய ஒரு ஆழமான மதிப்பீடாக விளங்கியது. இங்கு அறிவொளி என்று குறிப்பிடப்படுவது ஐரோப்பாவின் 18-ம் நூற்றாண்டைக் குறிப்பதாகும். இக்காலக் கட்டத்தில் முதலாளித்துவ உற்பத்தி முறை செழுமைப்படத் தொடங்கியது எனலாம். 'பகுத்தறிவு' (Reason) என்ற நிகழ்வினை சமூகத்தில் இவ்வறிவொளிக் காலம் தீவிரப்படுத்தியது எனலாம். காரணம் மூலம் விளக்கும் அறிவு எல்லாத்துறைகளிலும் பரவத் தொடங்கியது. ஆனால் இந்த அறிவு முதலாளியத்தின் ஆயுதமாக மாற்றப்பட்டது. அந்நியமாக்குதலையும், பொருளாதிக்கத்தையும் வலுப்பெறச் செய்தது. எனவே

இந்த 'அறிவைப் பற்றிய கடுமையான விமர்சனமாக எழுதப்பட்டதுதான் 'அறிவொளியின் முரண்வளர்ச்சி' எனும் நூலாகும். வால்ட்டர் பெஞ்சமினின் கருத்துக்களை ஏற்று எழுதப்பட்ட நூலாகும் இது. நாகரீக வளர்ச்சியின் ஒவ்வொரு கட்டமும் அநாகரீகத்தை வளர்த்துள்ளது என்ற பெஞ்சமினின் கருத்து பிராங்க்பர்ட் பள்ளியினரை மிகவும் ஈர்த்த கருத்தாகும். அறிவியல் என்பது முதலாளித்துவத்தை செம்மைப்படுத்தும் உற்பத்தி முறைகளுக்கானதே என்று இக்காலக் கட்டத்தில் ஆகிப்போனதை இவர்கள் சுட்டிக் காட்டுகின்றனர். அறிவு இக்காலக்கட்டத்தில் இனவெறிக்கு இட்டுச் சென்றது என்பது இவர்களின் அறிவு குறித்தப் புரிதலாகும். அறிவொளிக் காலத்தில் அறிவின் தன்மை எத்தகையதாக இருந்தது என்பதை இவர்கள் தங்கள் நூலான 'அறிவொளியின் முரண் வளர்ச்சி' யில் விளக்குகின்றனர். ஹோர்க்ஹைமர் மரபு சார்ந்த கோட்பாடுகள் விமர்சனமற்ற புறவயத்தன்மை கொண்டவையாக உள்ளன என்கிறார். மரபு சார்ந்த கோட்பாடுகள் கருத்தியலாக மாறுகின்றன. காரணம் அவை ஒரு தலைப்பட்சமாக இருப்பதுதான். அதுவும் பூர்ஷ்வா சமூகத்தால் கட்டுப்படுத்தப்பட்ட அறிவாக உள்ளது என்கிறார்.

கருத்தியல்களின் முகமூடியைக் கிழிப்பதையே தன் பணியாக விமர்சனக் கோட்பாடு கருதுகிறது. போலி உணர்வுகளைக் களைந்து மானுட விடுதலைக்கு அது பாடுபடுகிறது.

விமர்சனக் கோட்பாட்டாளர்கள், இந்நிலையில் மனித உறவுகளையும், மானுட உணர்வுகளையும் புரிந்து கொள்ள மனோதத்துவ அறிவியல் தேவை என்று கருதினார். இங்குதான் சிக்மெண்ட் பிராய்டின் மனோதத்துவ ஆய்வு அவர்களுக்குப் பயன்பட்டது. மனோதத்துவத்தின் நுட்பமான பல அம்சங்கள், சமூகச் செயல்பாடுகளை விளக்கப் பயன்படுவதால் அதை அவர்கள் பயன்படுத்தினர். அரசு முதலாளியத்தின், மற்றும் அறிவொளிக் காலம் வழங்கிய

அதீத நம்பிக்கை இவைகளுக்கடியில் உள்ள மனோவியல் காரணிகளை மார்க்ஸ் கண்டு கொள்ளவில்லை என்றனர். எனவே அதற்காக பிராய்டின் பக்கம் தங்கள் கவனத்தைத் திருப்பினர் எனலாம். பாலுணர்வு உந்துசக்தி, சுய வழிபாட்டுணர்வு (லிபிடோ), (நார்ஸிஸம்), சூப்பர் ஈகோ, ஈராஸ், தெனடஸ், போன்ற பிராய்டின் கண்டுபிடிப்புக்கள் சமூகப் பிரச்சினைகளைப் புரிய உதவும் என்றனர்.

முதலாளித்துவ நாடுகளில் தொழிலாளர்கள் அதிக அளவு சுமையையும், பொறுப்புக்களையும் ஏற்க வேண்டியவர்களாகவும், அதனால் தங்களின் பல்வகை உணர்வுகளை நசுக்கி வைக்க வேண்டியவர்களாகவும் உள்ளனர். இப்படிப்பட்ட சமூகத்தில் இயல்பூக்கங்கள் நசுக்கப்படுதல், மனநோய் உண்டாதல், இதில் சமூக உளவியலின் தேவை, என்பன குறித்து பிராய்டு விளக்குவது மிகவும் தேவையானது என்கின்றனர். இவர்கள் பிராய்டை ஒட்டி கவனிக்கத் தக்க மற்றுமொரு நபர் எரிக்ஃபிராம். எந்த அளவு பிராய்டியத்தினால் அவர் ஈர்க்கப்பட்டாரோ அந்த அளவு மார்க்சியக் கோட்பாடுகளினாலும் ஈர்க்கப்பட்டிருந்தார். இவர் பிராய்டியம் மார்க்சியத்திற்கு எதிரானது அல்ல என்பதை நிரூபிக்க முயன்றார். அதே சமயம் பிராய்டியத்தில் வரலாற்றுக் கூறுகளுக்கு முக்கியத்துவம் தரப்படாமையை விமர்சிக்கின்றார். தாய்வழிச் சமூகங்களுக்குப் பிராய்டின் ஒடிப்பஸ் காம்ளெக்ஸ் பொருந்தாது என்றார்.

மார்க்சும், எங்கல்சும் பொருளாதாரக் காரணிகளுக்குக் கொடுத்த முக்கியத்துவத்தை அடிமன விஷயங்களுக்குத் தரவில்லை என்பது இவர்களின் விமர்சனம். எரிக் ஃபிராம், பிராய்டியத்திலிருந்து விலகி சாடிஸம், மசோக்கிஸம், சாடோ – மஸோக்கிஸம் போன்ற மனோவியல் கருத்தாக்கங்கள் மூலம் சமூகப்பிரச்சினைகளை விளக்க முயன்றார். எரிக் ஃப்ராமின் இக்கருத்தாக்கங்களை விரித்து அவை எவ்வாறு பாஸிஸத்தின் அடிப்படையாகின்றன என்பதை அதர்னோ விளக்கினார். ஒரு முழுமையில் கரைந்துவிடத் தயங்கினாலும்

ஹோர்க்ஹைமர், சில சமயங்களில் விழுமிய அறிவு என்ற ஒரு முழுமையின் அடிப்படையில் பேசுகின்றார். ஆனால் அதோர்னோ முழுமை என்பதை சந்தேகக் கண் கொண்டே பார்க்கிறார். முழுமை என்பது கருத்து முதல்வாதக் கோட்பாடுகளின், குறிப்பாக ஹெகலியக் கருத்தாக்கங்களின் வார்ப்பு எனக் கருதினார்.

அதோர்னோ, பொருளாதிக்கம் விரவிக் கிடக்கும் முதலாளித்துவச் சமூகத்தில் பெருவாரியான மக்கள் கொடூரமான அந்நியமாதலுக்கு உள்ளாகிறார்கள் என்கிறார். இவர் அந்நியமாதல் முதலாளித்துவக் காலகட்டத்திற்கு முன்பே தோன்றியது என்றார். மானுடரின் உடல் உழைப்பும், அறிவு உழைப்பும் எவ்வாறு பிளவுபட்டு போனதோ அன்றே அந்நியமாதல் தோன்றியது என்று கூறிய அதோர்னோ தனது சமகாலச் சமுதாயத்தில் மேலோங்கியிருந்த பொருளாதிக்கம் மானுட மறதியைக் குறிப்பதாகக் கூறினார். மானுடம் தனது கடந்த கால நிலையை மறந்து போதையில் உள்ளது. தனக்குரிய சாத்தியப்பாடுகள் அனைத்தும் இழந்த நிலையில் ஒரு போலி முழுமையில் மானுடம் இன்று மூழ்கியுள்ளது.

முதலாளித்துவ சமூகங்களில் மானுட நினைவாற்றல் வலுவிழந்து போகிறது. தொடர்ச்சியின்மையே மேலோங்கி இருக்கும் முதலாளித்துவ சமுதாயத்தில் மனிதர்கள் சக மனிதருடன், புறஉலகுடன் கொள்ளக்கூடிய உறவுகள் அர்த்தமற்றுப் போகின்றன. பாரம்பரியங்கள் காலத்தின் சிதறல்களாகவே மானுடருக்கும் புலப்படுகின்றன. இந்த ஒரு சூழலில், குழப்பம் நிறைந்த முரணான வரலாற்றுக் கட்டத்தில், பொருளுறவுக்கும், செயல்பாட்டிற்கும் மானுடர் இசைந்து போய் விடுகின்றனர். அந்நியமாதலை ஏற்றுக் கொள்ளுகின்றனர். காலத்தின் இயக்கத்தை உணராதவராய் ஒரு மாபெரும் மறதியில் ஆழ்ந்து விடுகின்றனர்.

கலாச்சாரத்தை ஒரு சரக்காக முதலாளித்துவம் மாற்றி விட்டது என்கிறார். முதலாளித்துவ சமூகம் ஒரேமாதிரியான எதிர்பார்ப்புகளை சந்தையில் உருவாக்குகின்றது.

மேம்போக்கான கலாச்சார மேன்மையும், போலியான புறவயத் தன்மை கொண்ட அறிவியலும் உயர்த்திப் பிடிக்கப்படுகின்றன. தனிமனிதன் தன் தனித்துவத்திற்காக அலைவதுகூட ஒருவகை பாஸிஸ மனோபாவம்தான் என்பது. அதோர்னோவின் கணிப்பு. மேலும் மனிதனின் கலைப்படைப்புகள் பெறும் வியாபாரக் கணிப்புக்களுக்காக மட்டுமே உருவாகும் நிலையில் சமூகமே வியாபாரக்களமாக மாறிவிடும். ஒவ்வொரு தனிநபரும் சரக்காக குறைக்கப்படுவர் என்பது அதோர்னோவின் விளக்கம்.

– நல்ல கலையுணர்வு ஒரு காப்பு சக்தியாக விளங்கும். சமூகத்தின் அரசியல், பண்பாட்டுத் தளங்களில் செயல்படுவோர் கலையுணர்வுடன் செயல்படுவதின் மூலம் கோட்பாட்டு ரீதியான ஏகாதிபத்தியத்தைத் தவிர்த்துக் கொள்ள இயலும் எனும் அதோர்னோ, சுதந்திரச் சிந்தனைக்கான உத்திரவாதமாக கலையுணர்வை விளக்கினார். ஆனால் அதோர்னோவைப் பொறுத்தவரை கலை உணர்வை ஒரு பெரிய புரட்சிகர சக்தியாகக் காணவில்லை என்பதையும் மனதில் கொள்ள வேண்டும். ஆனால் கலையுணர்வுதான் சுதந்திரமான, விமர்சன சிந்தனைக்கு வழிகோலும். அதேசமயம் கூட்டத்தைச் சார்ந்தே ஒருவன் யோசிக்க வேண்டும் என்பதையும் அதோர்னோ ஆதரிக்கவில்லை. சிந்தனை செய்பவன் செயல்பாட்டுத்தளத்தில் தீவிரமாக இருக்க இயலாமல் போகும் என்பதையும் அவர் சுட்டிக்காட்டுகிறார். மொத்தத்தில் சமூக விமர்சன அறிவை கூர்மையாக்குபவனே புதிய ஒளியைக் கொடுப்பான் என்பதால் விமர்சன அறிவை வலுவாக முன்மொழிகின்றார் அதோர்னோ.

விமர்சனக் கோட்பாட்டாளர்களில் ஹோர்க்ஹைமர், அதோர்னோவைத் தொடர்ந்து மிகமுக்கியமாகக் கருதப்பட்ட நபர் ஹெர்பர்ட் மார்க்யூஸ் ஆவார். *(1898–1979)* இருத்தலியம் மற்றும் பிராய்டியத்தின் செல்வாக்கு இவர்மீது ஏற்பட்டது. அக்கொள்கைகளை உள்வாங்கி மார்க்சியத்தை செழுமைப்படுத்த முடியும் எனக் கருதினார். செல்வம்

மனிதர்களைக் கெடுக்கின்றது. மக்களை வெறும் சரக்காகக் குறைத்துவிட்டது, வளர்ந்த நாடுகளில் மக்கள் தங்கள் ஆன்மாவை அடுக்கு மாடிவீடுகளிலும் சமயலறைச் சாதனங்களிலும், ஸ்டீரியோ மின்னனு டேப் ரிக்கார்டர்களிலும், சொகுசுக் கார்களிலும் அடகு வைக்கின்றனர் என்கிறார். இதே நிலைமை இந்தியா போன்ற வளர்மக நாடுகளிலும் இன்று உள்ளதைக் கவனிக்கலாம்.

மொழியும் கூட இன்று கெடுக்கப்பட்டிருக்கிறது என்கிறார் மார்க்யூஸ். இன்று போலித் தேவைகள் உருவாக்கப்பட்டு மக்கள் மீது திணிக்கப்படுகின்றன. வெகுஜன ஊடகத்தின் புதியவகையான அடக்குமுறை இது என்கிறார். 'அறிவும் புரட்சியும் (1941)' என்ற நூலை அவர் முதலில் எழுதினார். அதில் மார்க்சியத்திற்கும், ஹெகலிய மரபுக்கும் உள்ள தொடர்பை விளக்குகிறார். ஆனால் இவருடைய 'ஒற்றைப் பரிணாம மனிதன்' (One Dimensioanl Man) எனும் நூலே (1964) மிகவும் கவனத்தை ஈர்த்த நூலாகும்.

எதையும், அணு ஆயுதம் உட்பட மனிதன் எதிர்ப்பின்றி ஏற்கப் பழகிவிட்டான். இழந்தது விமர்சன அறிவை! மனிதன் ஒற்றைப் பரிமாண மனிதனாகிவிட்டான், என்று கூறும் மார்க்யூஸ் ஏகாதிபத்தியம் என்பது எப்போதும் கெடுபிடியான அடக்குமுறையின் மூலம்தான் நிகழவேண்டும் என்பதில்லை. அடக்குமுறை, பயங்கர வாதம் இல்லாத, பொருளாதாரமும் தொழில்நுட்பமும் இணைந்த யுக்திகளாகக்கூட அது இருக்கும் என்கிறார் மார்க்யூஸ். அது நுகர்வுப் பண்பாட்டில் மனிதர்களை மூழ்க வைக்கும். கருத்து வேற்றுமைகளை அனுமதிக்காத சமூக அமைப்பைப் பலப்படுத்தும். விமர்சனக் கூறை மழுங்கடிக்கும் என்றும், இந்தவகை முதலாளித்துவத்திற்கு 'உயர்ந்த முதலாளித்துவம்' (High Capitalism) என்றும் பெயரிடுகிறார்.

மனிதனின் மறுஉற்பத்திக்காகவும், சமூகத் தேவைகளுக்காகவும் உருவாக்கப்பட்ட ஒழுங்குபடுத்துதல்களுக்கு கூடுதலாக வர்க்க சமுதாயத்தில் உபரி ஒடுக்குமுறைகள்

உருவாக்கப்பட்டுள்ளன. அவ்வகையில் மதத்தை ஒரு உதாரணமாகக் கொள்ளலாம். உடலின் சுதந்திரம் ஒடுக்கப்பட்டு உடலின் மீது வெறுப்புணர்ச்சி ஏற்படுத்தப்படுவது, (உ.ம் துறவு, சன்னியாசம்). முதற்பாவம், குற்ற உணர்ச்சி ஆகியவை உடல்தன்மை கொண்டவையாகக் கட்டமைக்கப்பட்டுள்ளன. உழைப்பே உயர்வு – கடமையுணர்வு போன்றவையே முதலாளித்துவம் வலியுறுத்துவது. மனிதனின் ஓய்வு நேரம் கூட மூலதனத்தின் கட்டுப்பாட்டுக்குள் கொண்டு வரப்படுகிறது. ஓய்வு நேரத்தில் சுதந்திர வாய்ப்புக்கள் மழுங்கடிக்கப்படுகின்றன.

உடல் – உணர்ச்சி – அறிவு – தனிமனிதன் – சமூகம் இவற்றுக்கு இடையில் முரண்பாடு இல்லாத புதுவகை உறவுகள் உருவாக்கப்பட வேண்டும் எனும் மார்க்யூஸ் குற்ற உணர்ச்சிகள் தோன்றாத கலாச்சாரம் உருவாக்கப்பட வேண்டும் என்றும் கூறுகிறார். இதில் கலை, இலக்கியம் – நாடகம் – அழகியல் துறைகளுக்கு முதன்மையான பாத்திரம் உண்டு என்கிறார்.

முதலாளியத்தின் மிக உயர்ந்த நிறுவனங்களில் வன்முறை வாழ்கிறது என்கிறார். காவல்துறையில், சிறைச்சாலைகளில், விளம்பரக் கருத்தியலில் வன்முறை வாழ்கின்றது என்கிறார். ஒடுக்கப்பட்டோரின் வன்முறை நீதிக்கான வன்முறை என்கிறார் மார்க்யூஸ். இச்சமயத்தில் சகிப்புத்தன்மைக்கான போதனை என்பது ஒடுக்குமுறைக்கான கருவியாக மாறுகிறது. சகித்துக் கொள்ளக் கூடாத கோட்பாடுகளையும், இயக்கங்களையும் அது சகிக்க வைக்க முயல்கிறது. எனவே சகிப்புத்தன்மை பற்றிய பேச்சு அல்லது பிரகடனம் என்பதுகூட ஒரு அடக்குமுறையாகும் என்று மார்க்யூஸ் கூறுகிறார்.

எல்லாவற்றுக்கும் தீர்வாக மார்க்யூஸ் முன்வைப்பது மாபெரும் மறுப்பு' (Great Refusal) எனும் செயலாகும். அடக்குமுறைத்தன்மை கொண்ட எதையும் மறுப்பதே இதன் அடிப்படையாகும்.

ஹெர்பர்ட் மார்க்யூஸைத் தொடர்ந்து விமர்சனக் கோட்பாட்டாளர்களில் வருபவர் யெர்கன் ஹேபர்மாஸ் ஆவர். ஹேபர்மாஸ் இன்று வாழ்ந்து வரும் பிராங்க் பர்ட் சிந்தனையாளர் ஆவார். இந்நூல் இவரின் தத்துவக் கோட்பாடுகளை விளக்கும் வகையில்தான் அமைக்கப்பட்டுள்ளது என்றாலும் இவர் உருவான பிராங்க்பர்ட் பள்ளியின் தத்துவ வரலாற்றை விளக்குவது அவசியம் என்பதால்தான் மிகவும் சுருக்கமாக ஹோர்க்ஹைமர், அதோர்னோ, எரிக்ஃபிராம், மார்க்யூஸ் போன்றவர்களின் கருத்துக்கள் விளக்கப்பட்டுள்ளன. இனி ஹேபர்மாஸின் நிலைப்பாடுகளைப் பார்ப்போம்.

ஹேபர்மாஸ்

இன்றைய மேற்கத்திய சமூக - அரசியல் குறித்த உரையாடல்களில் மிகவும் முக்கிய இடத்தை வகிப்பது ஹேபர்மாஸின் தத்துவ நூல்கள் ஆகும். வெர்ஜீனியா பல்கலைக் கழகத்தைச் சார்ந்த ரிச்சர்ட் ரார்ட்டி என்ற தத்துவவியலாளர் ஹேபர்மாஸைப் பற்றிக் குறிப்பிடும்போது 'மிகவும் திட்டமிட்டு சித்தரிக்கும் சிந்தனையாளர்' என்கிறார். இன்று ஹேபர்மாஸின் படைப்புக்களை, நிலைப் பாடுகளைக் கணக்கிலெடுக்காமல் அரசியல் கருத்தியல்களை விவாதிக்க இயலாத நிலைமை உள்ளது. ஹேபர்மாஸின் சிந்தனைகள் அனைத்தும் ஜெர்மன் மொழியிலேயே படைக்கப்பட்டு; பின்னர் ஆங்கிலத்தில் மொழி பெயர்க்கப்பட்டு வருகின்றன. இன்றுவரை இவரைப்பற்றிய ஒரு வினோதமான ஆனால் அவரைப் பொறுத்தவரை அர்த்தமுள்ள செய்தி என்னவென்றால் அவர் எந்த தொலைக் காட்சிக்கும் பேட்டிகொடுத்ததில்லை என்பதும், தனக்காக எந்த ஒரு இ-மெயில் விலாசமும் வைத்திருக்காதவர் என்பதும் ஆகும். ஆனாலும் இன்று பல அறிஞர்களால் பேசப்படும் சிந்தனையாளராக இவர் இருக்கின்றார். வெறும் எழுத்து என்ற அளவில் நில்லாமல் பல அரசியல் மற்றும் சமூக செயல்பாடுகளில் ஈடுபட்டவராவார். 1968-ல் மாணவர் கிளர்ச்சி ஜெர்மனியில் நடைபெற்றபோது இவர் மாணவர்களை ஆதரித்துக் களமிறங்கினார். 1992ல் வெளிநாட்டிலிருந்து ஜெர்மனிக்கு

வேலைக்காக வந்து பணி செய்பவர்களின் மீதும் மற்றும் புலம் பெயர்ந்து வந்தவர்களின் மீதும் வலது சாரிகள் தாக்குதல் தொடங்கிய போது, இவர் கடுமையாக அதை எதிர்த்துக் களமிறங்கினார். இவரின் படைப்புக்கள் நேரிடையாக எல்லா மக்களுக்கும், குறிப்பாக உழைக்கும் வர்க்கத்தினருக்குப் போய் சேராவிடினும், அவற்றை பல ஜெர்மன் அரசியல் கட்சியின் பொறுப்பாளர்கள் வாசித்து வருகின்றனர் என்பது ஆதாரபூர்வமான செய்தியாகும். புத்தகங்களின் வழியாகத்தான் தன் சிந்தனைகளை வெளிப்படுத்த விரும்பும் ஹேபர்மாஸ், ஏராளமான புத்தகங்களை வாசிப்பவர் என்பதுமட்டுமல்ல, அவர் தினசரி நாளிதழ்களை விடாமல் வாசிப்பவர் ஆவார். இளம் வயதிலே, ஹிட்லரின் படையிலே சேர்க்கப்பட்டு போர் முனைக்கு அனுப்பப்பட்டவர். இளம் வயதில் நாஜி சமூகம் மட்டுமே அவருக்குத் தெரியும். பின்னர் நியுரம்பெர்க் போர் குற்றங்கள் பற்றிய விசாரணை தொடங்கிய விவரணப் படத்தைப் பார்க்க நேரிட்டது. அதுவே அவருக்கு எப்படிப்பட்ட மோசமான அரசியல் சூழலில் தான் வாழ்கின்றோம் என்பதைப் புரிய வைத்ததாகக் கூறுகின்றார். அரசியல் குற்றங்கள் நிறைந்த சமுதாயத்தின் மாற்றம் குறித்து இவர் யோசித்த பல விஷயங்கள் பிராங்க்பர்ட் பள்ளியின் சிந்தனையாளர்களின் சிந்தனையோடு ஒத்து இருந்தன. உடனே 1956–ல் அங்கு சென்று அதோர்னோவின் உதவியாளராகப் பணியில் சேர்ந்தார். பின்னர் 1964–ல் அவர் ஹோர்க்ஹைமர் பெயரினால் இயங்கிவரும் ஆய்வுத்துறைக்குத் தலைவராக நியமிக்கப்பட்டார். தன்னுடைய கருத்துக்கள் வெறும் சிந்தனைகளாக இல்லாமல் கருத்தியலாக பிறரால் காணப்படுவதைப் புரிந்து கொண்ட போதிலும், கரடு தட்டிப் போகாமல் தன்னுடைய தத்துவ எண்ணங்களை சமூக பிரச்சினைகளுக்கு பிரயோகித்துப் பார்ப்பதைத் தொடர்ந்தார். 1970–ல் இவரை 'பயங்கரவாதிகளின் ஆன்மீகத் தந்தை' என்றும் கூட அழைத்தனர். ஆனால் இவரின் நோக்கமெல்லாம் அரசியல் தளத்தில் ஜனநாயகப் பண்புகள் கொண்ட புரிதலுடன் இணைந்த அதிகாரப் பகிர்வாக உள்ளது என்பதே உண்மையாகும்.

ஹேபர்மாஸின் தத்துவம் என்ன என்று ஒரு கேள்வியை எழுப்பினால் அதற்க ஒரு வரியில் பதில் சொல்லுவது மிகவும் கடினம். சமூக அறிவியலின் எல்லா தளத்திற்கும் பயணம் செய்து பல்வகைக் கருத்தாக்கங்களை அவர் உருவாக்கியுள்ள போதிலும் மனிதர்களின் பரஸ்பர தொடர்பு என்பதே இவருடைய பிரதான நோக்கம் எனலாம். அறிவொளிச் சிந்தனை குறித்து கடுமையான விமர்சனங்களை ஹோர்க்ஹைமரும், அதோர்னோவும் வைத்த போதிலும் ஹேபர்மாஸ் அதன் பல நல்ல அம்சங்களை சுட்டிக்காட்டி அதை வலுவாக்க வேண்டும் என்று கூறுகின்றார்.

சமுதாயத்திற்கு இவரின் முக்கிய வேண்டுகோள் 'கூட்டுறவுடன் கூடிய விவாதங்களை வளர்த்தல்' என்பதாகும். விவாதங்கள் என்பதைத்தான் உரையாடல் என்ற நிலைக்குக் கொண்டு செல்லுகிறார் ஹேபர்மாஸ். இவருடைய தத்துவப் படைப்புக்களில் வேபர், துர்க்கைம், மற்றும் காரல் மார்க்ஸ் ஆகியோரின் சிந்தனைகள் அதிகமாக ஊடுருவி இருக்கும். மார்க்யூசைப்போன்று ஹேபர்மாஸும் சிக்மண்ட் பிராய்டின் உளவியல் கொள்கைகளினால் பெரிதும் ஈர்க்கப்பட்டவர். ஆனால் இதில் இவருக்கும் மார்க்யூசுக்கும் வேறுபாடுகள் உண்டு. மார்க்யூஸ் பிராய்டின் இயல்பூக்கம் குறித்த ஆய்வுகளைப் பயன்படுத்தினார். ஆனால் ஹேபர்மாஸ் பிராய்டின் மனோதத்துவ சிகிச்சை முறைகளின் பக்கம் பெரிதும் ஈர்க்கப்பட்டு அதனைக் கருத்தியல் விமர்சன செயலுக்கு அடிப்படையாக்க முயன்றார்.

மார்க்யூசுடன் ஹேபர்மாஸ் சிந்தனை முறையில் வேறுபாடு கொண்டார். மார்க்யூஸ் விமர்சனக் கோட்பாட்டை இயல்பூக்க நெறியில் பின்னுவதை ஹேபர்மாஸ் ஏற்கவில்லை. சரிபார்க்க இயலாத ஒருவகை கற்பனைதான் இயல்பூக்க நெறி என்பதால், சோதித்து நிரூபிக்க இயலாத உளவியல் முறைகளைக் கொள்வது தவறு என்றார். ஹேபர்மாஸின் விமர்சனக் கோட்பாடு பகுத்தறிவை மிகவும் வலியுறுத்தியது. காரண – காரியத்தை அறியும் பகுத்தறிவிற்கான செயல்பாடே

விமர்சனக் கோட்பாடு என்பதே இவர் நிலைப்பாடாகும். இவருடைய பகுத்தறியும் உரையாடல்கள் சமூக அறிவியல், சமூக தத்துவம் குறித்தவையாக மட்டுமின்றி உளவியல், மொழியியல், பரிணாமக் கோட்பாடு, கல்வி, அரசியல், சமயம், இறையியல் என பல்வகைத் துறைகள் சார்ந்தவையாகும். ஆனால் இவர் எழுதிய பெரும்பாலான படைப்புக்கள் மார்க்சியத்தைத் தொடாமல் எழுதப்படவில்லை. மார்க்ஸ் முன்வைக்கும் பொருளாதார நிர்பந்தங்கள், சமூக செயல்பாடுகள், கருத்தியல் விமர்சனங்கள் போன்றவை இவர் அதிகமாகப் பயன்படுத்திய விஷயங்கள் ஆகும். ஆனால் இவர் மார்க்சியத்தை மென்மையாக ஆக்கிவிட்டார் என்ற குற்றச்சாட்டும் உண்டு. இவருடைய விமர்சனக் கோட்பாடு அறிவொளியின் நீட்சியாகவே அமைந்தது எனலாம். என்னதான் அறிவொளிக் காலத்தில் அறிவு முதலாளியத்தினால் கட்டப்பட்டாலும், என்னதான் அறிவு ரீதியான அடக்குமுறைகள் நவீன சமூகத்தில் ஏவப்பட்டாலும் அதன் மறுபுறம் என்ற ஒன்று உண்டு என்கிறார் ஹேபர்மாஸ். அந்த மறுமுகம் என்பதே ஜனநாயகம். அதுதான் நவீனத்துவத்தினால் நிறைவேற்றப்படாத திட்டமாகும் என்கிறார். அத்திட்டத்தை நிறைவேற்ற அடிப்படைத் தேவை நிர்பந்தமற்ற சுதந்திரமான தொடர்பு என்கிறார். நல்ல வலுவான காரணங்களைக் கொண்டு அமைக்கப்படும் விமர்சனக் களங்கள் தேவை எனும் ஹேபர்மாஸ் இது சாத்தியம் எனவும் கூறுகின்றார். சமூக மதிப்பீடுகளையும், மாண்பையும் எல்லோராலும் பகிர்ந்து கொள்ளவைக்கும் ஜனநாயகத்தை உருவாக்க இயலும் என்பது இவரின் நம்பிக்கை. சொல்லப்போனால் தீவிரவாதத்திற்கும், தாராளவாதத்திற்கும் இவர் தத்துவம் இடைப்பட்டது எனக் கூறலாம். ஜனநாயகத்தை உண்மையாகவே மக்களுக்கான ஜனநாயகமாக மாற்றும் 'தீவிர ஜனநாயகம்' பற்றி முன்மொழிந்தார். அரசின் செயல்பாடுகளில் மக்கள் அதிகம் பங்கேற்க வேண்டும் என்றார். இதில் கண்மூடித்தனமான தேசிய வாதத்தை அவர் அங்கீகரிக்கவில்லை. மாறாக

பொது விவகாரங்களில் காரணங்களுடன் கூடிய தொடர்பு, விவாதம் அவசியம் என்கிறார். இவரின் அரசியல் 'அரசு' என்ற விஷயத்தை முக்கியமாக்காமல் பொது (Public) என்ற விஷயத்தையே வலியுறுத்துவதாக இருந்தது. தர்க்கப் போட்டிகள் என்பதை அவர் ஏற்கவில்லை. மாறாக கூட்டுறவு என்பதை வலியுறுத்தினார்.

நடு இரவு வரையில் மாணவர்களுடன், ஆராய்ச்சியாளர்களுடன் உணவகங்களில் அரசியல் – சமூக தத்துவங்களை விவாதிப்பவர் இவர். இவருக்கு நிர்பந்தம் இல்லாத, நியாயமான வெளிப்படையான வாதங்களைக் கொண்ட உரையாடல்களே முக்கிய மாறுதல்களைச் சமூகத்தில் கொண்டு வரும் செயல்களாகப் பட்டன. இம்மாதிரி விவாதங்களுக்கான பொதுக்களங்கள் யாவை, அவற்றை எப்படிப் பயன்படுத்த வேண்டும் என விளக்குகின்றார் இவர்.

போலந்து நாட்டில் ஒருமைப்பாட்டு (Solidarity) இயக்கத்தைச் சேர்ந்த ஆதாம் மிச்னிக் எனும் தலைவர் சிறை யிலடைக்கப்பட்ட வேளையில் ஹேபர்மாஸின் 'The Structural Transformation of the Public Sphere' எனும் நூலை வாசித்ததனால் பெரிதும் கவரப்பட்டு அதன் அடிப்படையில் பல காரியங்கள் கட்சியில், சமூகத்தில் செய்யத் தொடங்கினேன் என்கிறார். செர்பியன் போர் எதிர்ப்பு அமைப்புகளும் ஹேபர்மாஸின் பொதுத்தள தத்துவத்தால் மிகவும் ஈர்க்கப்பட்டன என்பதும் உண்மை. ஆக ஹேபர்மாஸைப் பொறுத்தவரை நவீனத் துவத்தையும், நவீன சமூகத்தையும் மேலும் ஜனநாயக பூர்வமானதாகவும், மக்களுக்கும் நலன் பேணக் கூடியதாகவும் ஆக்க முடியும் என்பது நம்பிக்கை. இதனால் அவருக்கு எதிராகப் பின் நவீனத்துவ வாதிகள் முன்வைத்த பல விமர்சனங்களை லாவகமாக எதிர் கொண்டார். அரசுக்கு எதிராக சமூகம் எந்தவித பங்கை ஆற்றவேண்டும், எப்படி அரசை சமூகம் நடத்தவேண்டும் என்பதை ஹேபர்மாஸ் விளக்குகின்றார் எனலாம்.

ஹேபர்மாஸின் சிந்தனை வாழ்க்கையை இரண்டு பெரும் பகுதிகளாகப் பார்க்கலாம். ஒன்று, 1968-ல் அவர் 'அறிவும் – மனித நலன்களும்' (Knowledge and Human Interests) எனும் நூலை எழுதிய காலகட்டம். இரண்டாவது 1981-ல் அவர் 'தொடர்புச் செயல்பாட்டுக் கோட்பாடு' (Theory of Communicative Action) குறித்த புத்தகம் வெளியிட்ட காலம். இரண்டுமே மிகவும் திட்டமிடப்பட்டு வடிவாக்கப்பட்ட நூல்கள் ஆகும். இரண்டுமே கோட்பாடுகளுக்கும் நடைமுறைக்கும் உள்ள பிரச்சினைகள் பற்றி பேசுபவையாகும். முதல் நூல் விமர்சனக் கோட்பாட்டை பொதுவான அறக்கோட்பாட்டுக்குள் எவ்வாறு நிலை நிறுத்துவது, அதை எப்படி புரிவது என்பது பற்றியதாகும். இதில் அறிவின் வகைகளை விளக்கும் ஹேபர்மாஸ் இன்று நவீனத்துவத்தினால் உருவாக்கப்பட்ட விழுமிய அறிவு மட்டுமே நிலைகொண்டு அறச்சூழலை எவ்வாறு பாதித்துள்ளது என்பதை விவாதிக்கின்றார். மானுட விடுதலைக்கான அறிவு என்பதை எப்படி மீட்டெடுக்க வேண்டும், அதற்கான தன்மைகள், செயல்பாடுகள் யாவை என்பதையும் கவனத்துடன் பல்துறை அறிஞர்களின் சித்தாந்தங்களை விமரிசித்து முன்வைக்கின்றார்.

இரண்டாவது நூல் ஹேபர்மாஸின் திட்டமிட்ட புதிய கோட்பாட்டை நிலை நிறுத்தியுள்ளது என்றே கூறலாம். மிகவும் சரியான நுணுக்கமான விமர்சனச் செயல்தான் விடுதலைக்கான ஆயுதம் எனும் ஹேபர்மாஸ் அறிவியல் முறையோடு அதை சமூகதளத்தில் எவ்வாறு பிரயோகிப்பது என்பது குறித்து விவாதிக்கின்றார். இங்குதான் இவருடைய தொடர்புக் கோட்பாடு கட்டப்படுகின்றது.

ஹேபர்மாஸ் நவீனத்துவத்தை கடுமையாக விமரி சித்தாலும், அதை நிராகரிக்கவில்லை என்பதை மனதில் கொள்ள வேண்டும். ஐரோப்பிய தத்துவத்தின் சரியான வாரிசாக அவர் மிகவும் அழுத்தத்துடன் முன்மொழிவது 'பகுத்தறிவு' (Rationality) என்பதையே! ஆனால், அதன் தன்மை பற்றி பேசும்போதுதான் அவர் பிறரை விட

பலவகையில் மாறுபட்டு நிற்கின்றார். எத்தனையோ பின்நவீனத்துவ வாதிகள் இவரிடம் மோதியும், அத்தனை கருத்து மோதல்களுக்கும் சரியான பதிலளித்துள்ளார் எனலாம்.

அறிவும் மனிதநலன்களும்
(Knowledge & Human Interests)

இந்தப் பகுதியில் விளக்க உள்ளது ஹேபர்மாஸின் முதல்கட்ட எழுத்துக்கள் சார்ந்ததாகும். இவர் எழுதிய அறிவும் மனித நலன்களும்' என்று நூலின் அடிப்படையில் விளக்கப்படுபவை.

கருத்தியல் மீதான விமர்சனமே இன்றைய தேவை என்பது ஹேபர்மாசின் கூற்று. எந்த தத்துவமும் கருத்தியலும் விமர்சனத்திற்கு அப்பாற்பட்டதல்ல.

எல்லா கருத்தியல்களும், குறிப்பாக தங்களை நடுநிலை என்றும் புறவயப்பட்டது எனவும் பறை சாற்றிக் கொள்ளும் கருத்தியல்கள் தங்களுடைய நோக்கங்களை மறைமுகமாக முகமூடியிட்டு மறைத்துக் கொண்டிருக்கும். இம்முகமூடிகளை அகற்றுவது விமர்சனக் கோட்பாடின் நோக்கமாகும்.

மனித சமுதாயத்தில் பல்வகை நலன்களும் அவற்றிற்கான ஈடுபாடுகளும் உள்ளன. இம்மாதிரியான நலன் பற்றிய அக்கறைகளை ஹேபர்மாஸ் மூன்று வகைகளாகப் பிரிக்கின்றார்: அவை (1) கருவிசார் நலன்கள் (2) விழுமிய நலன்கள் (3) மானுட விடுதலைக்கான நலன்கள் – என்பவையாகும். இவற்றின் அடிப்படையிலே அறிவும் மூன்று வகைப்படும் என்கிறார்.

கருவிசார் நலன் அறிவு என்பது நேர்காட்சி ஆய்வறிவியல் என்றும் நடுநிலையானது என்றும் கூறப்படுவதாகும். இதன்

எல்லை அல்லது தன்மை என்பது தொழில்நுட்பக் கருவிகளை எவ்வாறு பயன்படுத்திப் பயனடைவது என்பதாக மட்டுமே இருக்கும். தொழில்நுட்பத்தின் மூலம் பல விஷயங்களைக் கட்டுக்குள் கொண்டு வருவது என்பதே இதன் நோக்கமாக இருக்கும். இதைக் காரியவாத அறிவு (Purposive & Rational action) என்றும் ஹேபர்மாஸ் அழைக்கின்றார்.

காரியவாத அறிவு இன்று நவீன உலகில் போற்றப்படுகின்றது. ஒரு அறிவியல் கண்டுபிடிப்பு சமூகத்திற்கு விளைவிக்கும் கேடுகள் -பற்றி அதிகம் அக்கறை காட்டாத அறிவு இக்காரியவாத அறிவு, வெறும் பயன்பாடு மட்டுமே இதன் குறிக்கோள். 'வேலை முடிந்தால் போதும்' என்ற மனோபாவம் கொண்ட அறிவு இது. எனவே இது முதலாளித்துவத்தின் பின் நிற்கும் என்பது வெளிப்படையான உண்மை. இருக்கும் நிலைமையைப் பாதுகாக்கும் அறிவு இது. இவ்வறிவின் வளர்ச்சி பிரம்மாண்டமானது. பலவகைத் துறைகளாகவும், விசேசமான நுண்ணிய விஷயங்களாகவும் இது வளர்ந்து வருகிறது. இதன் அடிப்படை தொழில்நுட்பமாகும். தொழில்நுட்பம் உருவாக்கும் அறிவு சமூகத்தின் பரஸ்பர புரிதலுக்கும் ஒற்றுமைக்கும் எவ்வாறு உதவும் என்பது சந்தேகமே என்பது ஹேபர்மாசின் கருத்து. விஞ்ஞானமும், தொழில்நுட்பமும் முதலாளித்துவ சமுதாயத்தில் சித்தாந்தமாகச் செயல்படுகின்றன. நாட்டிற்குத் தேவையான கல்வி எது என்பதைக்கூட இவைதான் தீர்மானிக்கும். இதனடிப்படையில்தான் இன்று தொழில் நுட்பக் கல்லூரிகள் அதிகரிக்கப்படுவதும், அதில் கற்றுத்தரப்படும் கல்விமுறை முதலாளித்துவத்தின் வளர்ச்சிக்கு உறுதுணை நிற்கக் கூடியதாகவும் உள்ளதை இங்கு புரிந்து கொள்வது அவசியம்.

சொல்லப்போனால் பல பிரச்சினைகளுக்கான அடிப்படைக் காரணங்களையும், தீர்வுகளையும் திசை திருப்பும் சக்தி கொண்டது இவ்வகை அறிவு. காரியவாத அறிவு என்பது ஒரு குறிப்பிட்ட வர்க்கத்தின் நலன்காக்க சமூகத்தில் வளர்க்கப்படும் அறிவு ஆகும். இவ்வகை அறிவு மக்களின்

எதிர்ப்புணர்வை மழுங்கடித்து உண்மைக்குப் புறம்பான காரணங்களை நம்ப வைக்கும் சக்தி கொண்டதாகும். மக்களுக்குப் பயன்தருவது போன்ற திட்டங்களை, (இலவச அன்பளிப்பு உட்பட) இவைதான் உருவாக்கி ஏமாறவைக்கும்.

இரண்டாவது வகை நலன் அறிவு என்பது விழுமிய நலன் சார்ந்தது எனலாம். இது வரலாறு மற்றும் பிற விளக்க அறிவியல் வகையைச் சார்ந்தது. இது அன்றாட வாழ்வில் மனிதர்கள் பறிமாறிக் கொள்ளும் தகவல்களின், புரிதலின் அடிப்படையில் அமைவது.

மார்க்ஸும் இம்மாதிரி இரு பிரிவுகளைச் செய்திருப்பதாக ஹேபர்மாஸ் கூறுகிறார். உற்பத்தி உறவுகள் என்றும் உற்பத்தி சக்திகள் என்றும் மார்க்ஸ் கூறுவது இவைகளைத்தான் என்கிறார் ஹேபர்மாஸ்.

மூன்றாவது வகை அறிவு என்பது மானுட விடுதலைக்கான அறிவு. விமர்சன ரீதியான சுய பரிசோதனை இது! இதுவே விமர்சன சமூக அறிவியல் (Critical social science) என்கிறார். இது பிராங்க்பர்ட் பள்ளியின் விமர்சனக் கோட்பாடுகளின் அடிப்படையில் உள்ளதாகும். பிற இருவகை அறிவைவிட சுயவிமர்சன அறிவே (Critical self reflection) விடுதலைக்கான அறிவு என்கிறார் ஹேபர்மாஸ்.

இது, எவ்விதமான நலன் சார்பும் இல்லாத நடுநிலையான கொள்கைகள், செயல்பாடுகள் என்று பறை சாற்றும் அறிவுகளின் பின்புலத்தில் ஒளிந்து கிடக்கும் நலச் சார்புகளை வெளிக் கொணரும். மறந்து போன பொது நலத் தேவைகளை அறிவதற்கு உணர்த்தும் செயல்பாடு இது. பாஸிடிவிஸத்தின் அடிப்படையில் அமைக்கப்பட்டுள்ள நேர்க்காட்சி மற்றும் தர்க்க ரீதியாக உள்ள பல விதிமுறைகளை 'புறவயப்பட்ட சமூக விதிகள்' என்று பலர் புரிந்து கொள்ளுகிறோம். பல 'சமூக விதிமுறைகள்' அறிவியலின் பெயரால் புரிந்து கொள்ளப்பட்டு, நியாயப்படுத்தப்பட்டு ஏற்றுக் கொள்ளவும் படுகின்றன. எப்பொழுது தத்துவம் – சுய விமர்சனப் புரிதலின் அடிப்படையில் பிரச்சினைகளை அலசுகிறதோ,

அப்போதுதான் அது ஏற்கெனவே கட்டமைக்கப்பட்ட பல அனுபூதிக் கருத்தாக்கங்களிலிருந்து விடுபட்டு இயங்கியல் சார்ந்து வரலாற்று விதிகளை – தன்மைகளைப் புரிந்து கொள்ள முடியும் என்கிறார் ஹேபர்மாஸ். அத்தகைய அறிவே மானுடவிடுதலை அறிவு என்கிறார் ஹேபர்மாஸ்.

ஹோர்க்ஹைமரிடம் இருந்து இரு முக்கிய கருத்து அணுகுமுறைகளை ஹேபர்மாஸ் பெற்றுள்ளார். அறிவை மூன்று வகைப்படுத்தியது ஹோர்க்ஹைமரிடமிருந்து பெறப்பட்டது. மற்றது விமர்சனக் கோட்பாடு என்பது பல்வகைத் துறைகளின் அறிவைக் கொண்டு அமையவேண்டும் என்ற நிலைப்பாடாகும். அறிவு சார் வாதத்தை ஹேபர்மாஸ் சமூகத் தத்துவத்தில் மட்டும் ஏற்படுத்தவில்லை . மாறாக மனோதத்துவவியல், மொழியியல், பரிணாமத்துவம், கல்வி, இறையியல் என பரந்த தளத்தில் அமைத்தார். இந்த விமர்சன சமூக அறிவியல் என்பதையே மூன்றாவது வகையான மானுட விடுதலைக்கான அறிவு என உறுதியாக ஹேபர்மாஸ் நம்புகிறார்.

கஞ்சி குடிப்பதற்கிலார், காரணம் இவையென்ற அறிவுமிலார் என பாரதி சொன்ன காரணங்களை அறியும் விடுதலை அறிவாக மூன்றாவது வகை அறிவை முன்னிறுத்துகின்றார்.

விமர்சன சமூக அறிவியல் என்பது நேர்க்காட்சி – அனுபவ ஆய்வையும், வரலாறு சார் விளக்கங்களையும் இணைக்கும் ஒரு வகை இயங்கியல் எனலாம். இயங்கியலை சமூக, கலாச்சார கருத்தியல் தளங்களில் எவ்வாறு பயன்படுத்த வேண்டும் என்பதற்கான ஒரு முன்மாதிரியாக சமூக விமர்சனக் கோட்பாட்டைக் கொள்ளலாம். அது ஒரு ஒருதலைப்பட்சமான அணுகுமுறைகளைக் கடந்து செல்லுகிறது. இப்படி ஒரு தலைப்பட்சமான அணுகுமுறைகளைக் கடந்து செல்லுகிறது என்று கூறும் போது அது நடுநிலையானது என்ற பொதுவானதொரு தன்மையைத் தன்னகத்தே கொள்ளாமல், பிற கருத்தியல்களில்

சார்பு நிலைகளை வெளிப்படுத்துவதின் மூலமாக நடுநிலைத் தன்மையை பெறுகிறது என்பது முக்கியமான அம்சமாகும். விழுமிய மற்றும் கருவிசார் நலன்களினால் வழி நடத்தப்படும் அறிவின் பல்வகை வடிவங்களை, துறைகளை விமர்சித்தால், அவை தங்களுக்குள்ளேயே ஒரு சுதந்திரமான, திணிப்பற்ற தொடர்பு பற்றிய தேவையுடன் விழுமிய நலன்களுக்கும், கருவிசார் நலன்களுக்கும் இடையே உள்ள முரணை வெளிக் கொணர்வதின் மூலமாகத்தான் மனித சுதந்திரம், பொறுப்புணர்ச்சி, நீதி குறித்த மூன்றாவது அக்கறை புலப்படும் என்கிறார் ஹேபர்மாஸ். –

இந்த வகை அக்கறை கொண்ட அறிவை மானுட விடுதலைக்கான அறிவாகக் காண்கிறார் அவர். இவ்வகை விமர்சன அறிவியல் விடுதலைக்கான அக்கறை கொண்டது. அது சுய விமர்சனத்தை வலுவாக வலியுறுத்தும். அறியாமையின் தடைகளிலிருந்து விடுதலை பெற வைக்கும் அறிவு இது. இவ்வகை அறிவு – கருத்தியலையும் – செயல்முறையையும் இணைக்கும் அறிவாகும்.

இயற்கை அறிவியல் அறிவைக் காரண காரியம் கொண்டு பார்க்கிறது. அதில் அகவய விஷயங்களுக்கு இடமில்லை. எல்லாவகை நிகழ்வுகளையும் காரண விதிகளைக் கொண்டு அது விளக்க முற்படுவதை ஹேபர்மாஸ் ஏற்கவில்லை. காரண விதிகள் என்பவை உண்மைத் தகவல்களை கவனிப்பதினால் உருவாக்கப்படுபவை. உதாரணத்திற்கு, ஒரு கல் மேலெறிந்தால், கீழே வந்து விழுவது என்று கவனிப்பை வைத்தே புவி ஈர்ப்பு விதி உருவாக்கப்பட்டது. பாஸிடிவிஸத்தில் தன் வேர்களைக் கொண்ட இயற்கை அறிவியல் உண்மை என்பவை புறவயப்பட்டது என்று ஆணித்தரமாக நம்புகிறது. இந்த அறிவைத்தான் முதல்வகை அறிவாக விளக்குகிறார் ஹேபர்மாஸ்.

ஆனால் அறிவியலின் புறவயத் தன்மை இம்மானுவேல் கான்ட் என்ற ஜெர்மானிய தத்துவ அறிஞரால் கேள்விக்குள்ளாக்கப்படுகிறது. புறவயம் என்பது உண்மையில்

அகவயத்திற்கான மற்றொரு பெயர் என்பது அவர் கருத்து. புறவய ஆய்வுகளில் பல்வகை அகவயத் தன்மைகள் ஊடுருவுகின்றன என்கிறார், ஆனால் சுத்தமான புறவய அறிவின் மூலமாக தன்னைப் பறைசாற்றும் இயற்கை அறிவியல் இம்மாதிரி அகவய ஊடாடல்களைத் தான் தவிர்ப்பதாகக் கூறுவதாக ஹேபர்மாஸ் விமர்சிக்கின்றார்.

இயற்கை அறிவியலின் பலமாக திரும்பத் திரும்ப செய்து நிரூபிக்கும் சாத்தியப்பாடு அமைகிறது. இப்படி திரும்பச் செய்தல் என்ற அறிவியல் கூறை ஹேபர்மாஸ் கேள்விக்குள்ளாக்குகிறார். அறிவியலின் மொத்தப் பார்வையில் மனிதனின் துடிப்புள்ள செயல் பாட்டிற்கு இடமில்லை. மேலும் அறிவியல் சார்ந்துள்ள பாஸிடிவிஸம் தன்னை எந்த மதிப்பீடுகளையும் சாரா நடுநிலைத் தன்மையினதாக்க காட்டுகிறது. மனிதனின் அறம் சார்ந்த சுதந்திரம் அறி வியலால் புறக்கணிக்கப்படுகிறது. எந்த ஒரு கோட்பாடும் மதிப்பீடுகள் சாரா நடுநிலைத் தன்மை கொண்டதாக இருக்க இயலாது என்கிறார் ஹேபர்மாஸ். அப்படி ஒரு கோட்பாடு இருக்குமாயின் அதை மனிதர்கள் ஏற்கவும் முடியாது என்கிறார். இங்கு மானுடவியல் மற்றும் புலன் கடந்த அனுபவயியல் சார்ந்த வாதங்களை ஹேபர்மாஸ் பயன் படுத்துகிறார். மானுடம் வாழ, காக்கப்பட சில நலன்கள் – அக்கறைகள் அவசியம். அது வாழ்வதற்கான அக்கறை. இவ்வகை வாழ்க்கை பற்றிய அக்கறை சுயநலமானது அல்ல! அது இயல்பானது. மானுடவியலின் பார்வையின்படி வாழ்க்கையைப் பாதுகாப்பது என்ற உணர்வே மனித சுதந்திரத்தின் வேட்கையாக மலரும் என்கிறார். எனவே வாழ்க்கை என்னும் செயல் வாழ்வதில்தான் உள்ளது.

வாழ்வதற்கான அக்கறை என்பது மானுட சுதந்திரம் சார்ந்தது என்று விளக்கும் ஹேபர்மாஸ் மறுபுறம் அறிவியல் சார்ந்த அறிவின் தேவையையும் மறுக்கவில்லை. ஆனால் பாஸிடிவிஸம் ஒரு போலியான கோட்பாடு என்கிறார். அது மானுடத்தின் அடிப்படைத் தன்மையை ஒதுக்குகிறது எனும்

ஹேபர்மாஸ் பாஸிடிவிஸம் தவறான அறிவியல் முறைகளைக் கொடுத்துள்ளது என்கிறார். எனவே விமர்சன சமூக அறிவியல் – அதுவும் மானுடவிடுதலை பற்றிய அக்கறையினால் வழி நடத்தப்படும் அறிவியல் ஒன்றே புறவயத்தன்மையை (Objectivity) உறுதிப்படுத்த முடியும் என்கிறார்.

ஹேபர்மாஸ் பாஸிடிவிஸத்தின் வரலாறை ஆயும்போது ஜெர்மானிய மரபை ஆராய்ந்து காண்ட்லிருந்து ஹெகலின் ஊடாக மார்க்ஸ் வரை பயணிக்கிறார். இவ்வாறு ஆய்வதின் மூலம் அவர் அறிவு குறித்த விமர்சனம் என்பது சமூகம் பற்றிய விமர்சனமே என்கிறார். இன்னும் சொல்லப் போனால் உயர்ந்த அறிவு என்பது சமூக அக்கறை கொண்ட அதன் பல்வேறு அம்சங்களைக் கூர்மையாக விவரிக்கும் அறிவே ஆகும் என்பது அவர் கருத்து. தன்னுடைய நீண்ட நெடிய விமர்சனப் பயணத்தை ஹேபர்மாஸ் மேற்கொள்ளும் போது அவர் பல்துறை சிந்தனையாளர்களின் நிலைப்பாடுகளைக் கணக்கில் எடுத்துக் கொள்ளுகிறார்.

என்னதான் பல்வகை அறிஞர்களின் கருத்துக்களை அவர் ஆய்ந்தபோதிலும் அவருடைய நெருக்கமான கவனம் மார்க்ஸ், வேபர், ஹெகல் ஆகிய மூவரின் மீதே அமைந்தது.

ஹேபர்மாஸின் மறுகட்டமைப்பு மார்க்ஸை அதிக மனித நேயம் கொண்டவராகவும் அதிக அளவு தத்துவக் கோட்பாடுகள் கொண்டவராகவும் பிற புதிய மார்க்சியர்களைக் காட்டிலும் மார்க்ஸை குறைந்த அளவு பாஸிடிவிஸ அணுகுமுறைக் கொண்டவராகவும் விளக்குகிறார் ஹேபர்மாஸ். மார்க்ஸின் கோட்பாடுகளை பல இடங்களில் ஏற்றுவிளக்கும் ஹேபர்மாஸ், மானுட வரலாற்றை –– வேட்டைச் சமூகம், நிலப்பிரபுத்துவம், முதலாளியம், கம்யூனிஸம் என்று ஐந்து பிரிவுகளாக பொருளாதார அடிப்படையில் பிரிப்பதை எதிர்க்கிறார்.

அறிவு – கருத்துக்களின் முக்கியத்துவத்தை – வரலாற்றை உருவாக்குவதில் கலாச்சாரத்தை உருவாக்குவதில் அறிவின் பங்கை மார்க்சிஸம் உணர வேண்டும் என்று சொல்லும்

அதே வேளையில் இவற்றைப் பொருளாதார நிகழ்வுகளை மட்டும் வைத்து விளக்கிவிட இயலாது என்கிறார். ஆனால் மார்க்சின் தாக்கத்தை ஹேபர்மாஸின் கோட்பாடுகளில் காணலாம்.

மார்க்ஸைப் போலவே ஹேபர்மாஸும் சமூக அறிவியலையும் அறக்கோட்பாடுகளையும் இணைப்பதின் தேவையில் மிகவும் உறுதியாக இருந்தார்.

ஹேபர்மாஸ் கலாச்சாரத்தை செயலாகக் காணும் பார்வையில் வேபரின் பாதிப்பைக் காணலாம்.

அவருடைய தொடர்புச் செயல் குறித்த கோட்பாடுகள் என்ற நூலின் முதல் பகுதியில் மார்க்ஸ் வேபரின் 1) சமூகச் செயல் 2) பகுத்தறிவு 3) நியாயப்படுத்துதல் என்ற மூன்று முக்கிய தத்துவ நிலைப்பாடுகளை ஏற்றுக் கொள்வது தெரியும்.

ஹெகல் வரலாற்றை விளக்கிய இயங்கியல் முறையிலிருந்து விமர்சனக் கோட்பாடு – விலகி வெளியே வரவேண்டும் என்கிறார். உண்மை பற்றிய ஹெகலின் கோட்பாட்டை ஹேபர்மாஸ் புறந்தள்ளுகிறார்.

அறிவியல் ஆய்விற்கு அடிப்படை, தொடர்புகளைப் புரிந்து கொள்ளுதலே ஆகும். அறிவியல் விசாரணையின் தர்க்க அமைப்பு மூன்று வகையான கருவித்தன்மை செயல்பாடுகளைக் கொண்டது. அவை: 1) காரண விதிகளைப் பரிசோதனை மூலம் ஆய்தல் (Trial & Error method) 2) விளைவுகள் – மூலங்கள் பற்றி விளக்குதல் (Cause and Effect) 3) காரண விதிமுறைகளை பரிசோதனையில் நிரூபித்து வரையறுத்தல். (Abduction, Deduction & Inclusion).

இந்த மூன்று வகை முறைகளும் மிகவும் நுணுக்கமான இயக்கங்களைக் கொண்டவை. இம்முறைகள் மிகவும் கூர்மையான மற்றும் ஒன்றுக்கொன்று நம்பகத்தன்மை கொண்ட முறைகளாகும். ஆனால் ஹேபர்மாஸைப் பொறுத்தவரை இவ்வகை புறவய உண்மை என்பது

அகவயங்களின் ஒன்றுக்கொன்றான நம்பகத் தன்மையின் கூட்டு என்பதாகும். எனவே புறவயத் தன்மை கொண்ட பல அறிவியல் உண்மைகளின் உண்மையைக் கடந்து ஆராய்ந்தால் மிகவும் நுணுக்கமான அகவயத் தன்மை கொண்டதாகயிருக்கும்.

கருவித்தன்மை செயல்பாட்டை வாழ்வின் இன்றியமையாததாக அறிவியல் கொள்ளும்போது அது சமூக ஆற்றல் நிகழ்வாக மாறுகிறது. இந்த சமூக ஆற்றல் என்பதுதான் "தொடர்பு" (Communication) என்றழைக்கப்படுகிறது.

அறிவியலின் சாதனைகளைப் பாராட்டும் ஹேபர்மாஸ் அறிவியல் வறட்டுத் தனமான அல்லது கற்பனை ரீதியான புலன் கடந்த தத்துவங்களுக்கு எதிரான அறிவியல் போக்கையும், கண் மூடித்தனமான மரபுகளை கேள்விக்குள்ளாக்கும் தன்மையையும், இயற்கை வர்ணனைக் கற்பனை வாதங்களை உடைக்கும் தன்மை களுக்காக அறிவியலைப் போற்றும் ஹேபர்மாஸ் அதன் சில போதாமைகளையும் விளக்குகிறார். அறிவியல் மேலும் செழுமையடைய வேண்டும் என்று கூறும் ஹேபர்மாஸ் தத்துவக் கூர்மையுடனும், சரியான அறிவுக் கோட்பாட்டு அமைப்புடனும் அறிவியல் அமைய வேண்டும் என்கிறார்.

அறிவியலுக்கும் தத்துவத்திற்கும் இடையே உள்ள உறவை ஹேபர்மாஸ் விளக்கும் வகை மிகவும் வித்தியாசமானது, ஆழமானது. பொதுவாக விஞ்ஞானம், அறிவியல் எங்கு முடிவடைகிறதோ அங்கு தத்துவம் தொடங்குவதாகக் கூறப்படும். ஆனால் ஹேபர்மாஸைப் பொறுத்தவரை தத்துவத்தின் அறிவுக் கோட்பாடு குறிப்பாக அது மேற்கத்திய அறிவொளி மரபின் நீட்சியாக பரவலாக அமைக்கப்பட்ட அறிவியல் சார் சமூகம் என்ற பொருள் கொண்டது. நவீனயுகத்தின் அறிவியல் இயற்கை முதல் மானுடவியல் மற்றும் கலை இலக்கியத் துறைகள் வரை ஊடுருவி ஆட்சி செய்கிறது என்கிறார். நவீன பாஸிடிவிச சிந்தனைகளை விமரிசிப்பதாகத்தான் இவரின் "அறிவும் மனித நலன்களும்"

என்ற நூல் அமைகிறது. பாஸிடிவிஸம் பகுத்தறிவியத்தை விழுங்கி விட்டது, அறிவியலில் மிகக் கூர்மையாக இருக்க வேண்டிய பகுத்தறிவை வெறும் நம்பிக்கைகளாக மட்டும் குறைக்கும் போக்கை பாஸிடிவிஸம் செய்து விட்டதாக அவர் நினைக்கிறார். இப்படிப்பட்ட அறிவியலின் தன்மையை 'அறிவியலியம்' (Scientism) என்ற சொல்லால் இவர் குறிப்பிடுகிறார்.

ஒரே வகை முறைமைகளைக் கண்மூடித்தனமாக கை கொள்ளாத பல்வகைக் கூறுகளை தன்னுள்ளே கொண்ட அறிவுக் கோட்பாட்டின் தேவையை ஹேபர்மாஸ் வலியுறுத்துகிறார். அறிவியலின் தத்துவம் கூர்மையான சரியான அறிவுக் கோட்பாட்டின் மீது அமைய வேண்டும் என்பது அவரின் ஆசை. அதுவே விடுதலைக்கான அறிவாக பரிணமிக்கும் என்கிறார்.

தொடர்புச் செயல் கோட்பாடு
(Theory of Communicative Action)

ஹேபர்மாஸின் இரண்டாவது காலக்கட்டம் அவரின் தொடர்புச் செயல் கோட்பாடு குறித்த சிந்தனைகளுடன் அமைகின்றது. மொழியியல் தத்துவமே சமூக கருத்தியல்களின் தொடக்கப்புள்ளியாக அமைகிறது என்ற அடிப்படையுடன் தன்னுடைய தொடர்புச் செயல் கோட்பாட்டினைத் தொடங்குகின்றார். உணர்வுகள் பற்றி தத்துவவியல் பேசிக் கொண்டிருந்தது. குறிப்பாக நிகழ்வியம், இருத்தலியம் போன்றவகளின் அடிப்படையே உணர்வுகள்தான். ஆனால் இன்று மொழி குறித்த தத்துவப்பிரச்சினை அதைப் பின்னுக்குத் தள்ளி விட்டதாக ஹேபர்மாஸ் கூறுகின்றார்.

மொழி என்பது வெறும் குறியீடுகளின் கூட்டுத்தொகை என்றில்லாமல் அது தொடர்பு உண்டாக்கும் ஒரு செயலின் அடிநாதம் என்று உணரவேண்டும். பேச்சு என்பதும் செயலே! சடங்குரீதியாக மென்மையாக, வறட்டுத்தனமாகப் பயன்படுத்தப்பட்டு வந்த மொழியின் குறியீடுகள் தொடர்பறிவாற்றலினால் புதுத்தெம்புடன், பலத்துடன் தொடர்புச் செயலுக்கு உரம் கூட்டுகின்றன என்கிறார் ஹேபர்மாஸ். மொழியின் மூலமாகத்தான் புரிதலைப் பகிர்ந்து கொள்ளும் செயல் நடைபெற இயலும். மொழி பல பொதுச் சூழல்களில் புரிதலை உருவாக்குவதற்கு சாத்தியமாவது என்பது ஒரு சமூகத்தின் – மரபினால் ஏற்பட்ட விஷயம்

அல்ல. மாறாக மொழிக்குள்ளாகவே அப்படி ஒரு சக்தி அமைக்கப்பட்டுள்ளது என்கிறார் ஹேபர்மாஸ்.

பொருள் மறுஉற்பத்தித் தளத்தில் மொழியின் பயன்பாடு தவறாக உள்ளது. முதலாளித்துவ உற்பத்தியைக் கொண்ட சமூகங்களில் இது அதிகம் நடைபெறுகின்றது. மொழியின் மூலமாகச் செய்யப்படும் தொடர்பு முதலாளித்துவச் சமூகத்தில் பணத்தாலும், அதிகாரத்தாலும் கைப்பற்றப்படுகின்றது. இதன் விளைவாக வாழ்வுலகம் பாதிக்கப் படுகின்றது, பல சமூகவியலாளர்கள் இந்தத் தாக்குதலை பலவகையில் விளக்கியுள்ளனர். அந்நியமாதல், அர்த்தமிழப்பு, சுதந்திரமிழப்பு போன்ற பல வார்த்தைகளில் இப்பாதிப்பை விளக்கியுள்ளனர். சமூக அமைப்பை காரணப்படுத்துவதால் அல்லது அறிவாக்கம் செய்வதால் கண்டிப்பாக இப்படித்தான் ஆகும் என்ற கருத்தை ஹேபர்மாஸ் ஏற்கவில்லை. மாறாக வடிவமைக்கப்பட்ட அறிவாக்கம் (Systemic Rationalization) அல்லது காரணப்படுத்துதல் என்பது ஒரு சமூகப் பரிணாம வளர்ச்சியில் கிட்டிய இலாபம் என்கிறார்.

முதலாளித்துவத்தின் நெருக்கடி மனித வாழ்வுலகை காலணியாதிக்கம் போல நெருக்கினாலும் (Colonization of the Lifeworld) அதில் விவாதங்களுக்கும், அறிவாக்கத்திற்கும் உள்ள இடத்தைப் பயன்படுத்தி புரிதலைப் பரவலாகப் பகிர முடியும். இந்தத் தொடர்பு, காரணங்கள் கொண்ட அறிவினால் மட்டுமே உருவாக்கப்பட முடியும் என்கிறார் ஹேபர்மாஸ்.

துர்க்கைம் என்ற சமூகவியல் அறிஞர் சமூகப்பரிணாம வளர்ச்சியைப் பற்றி குறிப்பிடுகையில் அது புனிதமான குறியீடுகள் மூலம் நடைபெறும் என்ற விஷயத்தை ஹேபர்மாஸ், வளர்ந்து வரும் சிக்கலான சமூகத்தில், ஒருங்கிணைக்கும் பணியை தொடர்புச் செயல் மூலம்தான் செய்ய இயலும், இது புனிதக் குறியீடுகளை மொழியியல் கூறாக மாற்றுவது ஆகும் என்கிறார்.

தொடர்புச் செயல் கோட்பாட்டினை நான்கு நிலைகளாகப் பிரிக்கலாம். அதாவது நான்கு அம்சங்களை அதன் அடிப்படையாக்குகிறார் ஹேபர்மாஸ். அவை:

(1) தொடர்பாற்றல் நெறி (Theory of Communicative Competence)

(2) இலட்சியப் பேச்சு சூழல் (Ideal Speech Situation)

(3) உரையாடல் குறித்த கோட்பாடு (Theory of Discourse)

(4) தொடர்புச் செயல் மற்றும் தொடர்பிற்கான பகுத்தறிவு குறித்த கோட்பாடு (Theory of Communicative Action and Rationality)

தொடர்புச் செயல் என்பதே சமூகச் செயல்பாடு ஆகும். தொடர்புச் செயல் என்பது ஒரு இலக்கை அடைவதற்கான காரணங்கள், யுக்திகள், செயல்பாடுகள் இவைகளின் தன்மைகள் குறித்து பெரிதும் கவலைப்படவில்லை. ஆனால் இலக்கை அடைவதற்கான அறிவு – மற்றும் செயல் இது சம்பந்தப்பட்ட அனைவரின் புரிதலுடனும், ஒப்புதலுடனும் நடக்க வேண்டும் என்கிறார் ஹேபர்மாஸ். இது சாத்தியம் என்றும் வலியுறுத்துகிறார். இலக்கிற்கான யுக்தி அல்லது காரண அறிவு என்பதற்கும், தொடர்பிற்கான அறிவு என்பதற்கும் இங்குதான் வேறுபாடு வருவதாக அவர் குறிப்பிடுகிறார். தொடர்பறிவு என்பது பன்முகப்பட்டது. சமூக மாற்றம் – செயல்பாடு என்பது சகலரின், சரியான புரிதலின், பகிர்வின் மூலம் (shared understanding) தான் சத்தியம் என்பது ஹேபர்மாஸின் கருத்து.

உதாரணமாக ஒருவர் அக்கறையோடு ஒரு தீர்வைக் கொடுப்பதற்கும், மற்றவர் தன் சுயநலத்திற்காக அதே தீர்வைக் கொடுப்பதற்கும் வேறுபாடு உள்ளது. விளைவு ஒன்றாகவே இருக்கலாம். ஆனால் அந்த காரியத்தை முன் வைத்ததற்கான காரணங்கள் வேறுபடுகின்றன.

யுக்தி சார்ந்த செயல்பாடுகள் வெற்றி பெறலாம். ஆனால் அவை ஒரு தலைபட்சமான அறிவு சார்ந்தவை. திறன் –

மட்டுமே இங்கு நோக்கம். பிற மதிப்பீடுகள் பின்னுக்குத் தள்ளப்படுகின்றன. எல்லாம் பொருளாகப் பாவிக்கப்படும் அவலம். ஆனால் இவ்வகை அறிவிற்கு மாற்றாக முன் வைக்கப்படுவதுதான் தொடர்பு அறிவு மற்றும் தொடர்புச் செயல் என்பனவாகும்.

எச்செயல் இயைந்த ஒப்புதல் கொண்ட தீர்வை வழங்குகிறதோ அச்செயலே தொடர்புச் செயலாகும்.

தொடர்புச் செயல் என்பது பலதரப்பட்ட செயலாளிகளை ஒரு பொதுவான புரிதலின் கீழ், ஒப்புதலின் கீழ் இணைக்கும் செயல். இச்செயல் மொழியின் மூலமாக நடைபெறும் செயலாகும். புரிதல் அடைதல் என்பது இச்செயல்பாட்டில் பங்கு பெற்ற அனைத்து தரப்பினரும் ஒருவரையொருவர் காரணத்தோடு கூடிய விளக்கங்களினால் ஒப்புக் கொள்கின்ற நிகழ்வாகும். பேச்சு என்பதே இங்கு பிரதானமான ஊடகம் ஆகும். இந்தப் பேச்சுதான் தொடர்புச் செயல்பாட்டை ஒருங்கிணைக்கிறது.

இப்பேச்சு – இந்த வழி, சுயலாபத்திற்கான யுக்திகளை பயன்படுத்தும் வழி அல்ல. அதிகார வர்க்கம், ஆணவ வர்க்கம், சுயநல வர்க்கம் திட்டமிடும் வழி அல்ல. இது பொது நலன் சார்ந்த வழியாகும். எனவே தொடர்புச் செயல்பாடு என்பது ஏற்கனவே தீர்மானிக்கப்பட்ட திட்டமாக இல்லாமல், அதில் சம்பந்தப்பட்ட அனைவரின் ஒப்புதல் கொண்ட புரிதலின் அடிப்படையில் ஏற்படும் செயல்பாடாகும்.

இந்த சமூக ஒப்புதல் என்பது, புரிதலின், பகிர்வின் மீது அமைவது. இப்புரிதலை உருவாக்குவது எது என்று பார்த்தால் அது தொடர்பறிவே (Communicative Rationality) என்பது புரியும்.

முன்னர் குறிப்பிட்டது போல ஒரே விளைவுக்கான நோக்கங்கள் பல்வகைப்படலாம். ஆனால் சம்பந்தப்பட்ட தரப்பினரின் நன்மைகளை அடிப்படையாகக் கொண்டு அதன் அடிப்படையில் புரிதலைச் சாத்தியமாக்கும் வழியே

தொடர்பு அறிவு ஆகும். இச்செயலே தொடர்புச் செயலும் ஆகும்.

இவ்வறிவைக் கொண்டு தொடர்புச் செயலைச் செய்வதற்குத் தொடர்பாளிக்குத் தேவை தொடர்பறிவுத்திறன் (Communicative competance). இத்திறனே ஒருவரை செயலையும், பேச்சையும் இணைத்து பகிர்ந்த புரிதலுக்கு இட்டுச் செல்லும். அதே சமயத்தில் அவரவர்கான தனி அடையாளங்களையும் இது காப்பாற்றும் என்கிறார் ஹேபர்மாஸ். இத்தொடர்பறிவாற்றல் அறிவியலின் பல்வகை மீட்டுருவாக்கத்திற்கு வழிகோலுகிறது.

ஹேபர்மாஸ் தொடர்பறிவாற்றல் (Communicative Competence) என்ற சொல்லை அமெரிக்க மொழியியலாளர் நவோம் சாம்ஸ்கியின் மொழியியல் திறன் (Linguistic Competence) எனும் சொல்லாடலிருந்து உருவாக்கினார். மொழியியல் திறன் என்பது ஒரு மொழியின் சக்தியை நன்கு புரிந்து, அதன் உள்ளார்ந்த விதிகளுக்கும் உட்பட்டு, அதன்மூலம் நுணுக்கமாகவும் – பலத்துடனும் மொழியைப் பயன்படுத்துவது ஆகும். மொழியை இலாவகமாகக் கையாளுதல் – மொழியின் மூலம் பிறர்க்குப் புரிதலைச் சாதித்தல் போன்றவற்றின் அடிப்படை மொழியியல் திறனாகும்.

சாம்ஸ்கியைப் பொருத்தவரை இவ்வகைத் திறன் என்பது பிறவியிலேயே மொழியியல் கூறாக அமையப் பெறுவதாகும். இத்திறனாளிகள் பல சமயங்களில் மொழியின் விதிகளைக்கூட அறிந்திருக்க மாட்டார்கள். ஆனால் திறம்பட மொழியைக் கையாளுவார்கள். மொழியியல் சூழலுக்கு சாம்ஸ்கி முன்வைத்த திறனை ஹேபர்மாஸ் சமூகச் சூழலுக்கேற்ப தொடர்பாற்றல் திறனாகக் கட்டமைத்தார். எவ்வாறு மொழியியல் திறன் என்பது மொழியின் விதிகளுக்குட்பட்டு அமைய வேண்டுமோ, அம்மாதிரியே தொடர்பாற்றல் திறன் என்பதும் சில விதிமுறைகளை அனுசரிக்கும் திறமையைச் சார்ந்ததாகும். ஆனால் இது மொழியின், வாக்கியங்களின் கட்டமைப்பு சார்ந்த விதிகளல்ல! மாறாக ஒரு வாக்கியத்தை

– ஒரு சொல்லை சமூக சூழல்களுக்கு ஏற்ப எவ்வாறு பயன்படுத்துகிறோம் என்பதற்கான விதிகள் இவை.

இந்த தொடர்பாற்றல் திறன் பல்வகை தொடர்பு அறிவுகளுக்கான சாத்தியத்தை ஏற்படுத்துகிறது. இதில் சிறப்பான விஷயம் என்னவென்றால் தொடர்பாற்றல் திறன் மூலம், விவாதங்களை – விளக்கங்களை ஏற்படுத்தி சமூகமான உடன்பாடு ஏற்படுத்த இயலும் என்பது ஹேபர்மாஸின் நம்பிக்கை, இதுவே தொடர்புச் செயல் (Communicative Action) – என ஹேபர்மாஸ் கூறுகிறார்.

எனவே தொடர்புச் செயல் என்பதை ஒரு சமூகச் செயல்பாடாக ஹேபர்மாஸ் முன்வைக்கிறார். இந்தத் தொடர்புச் செயலின் அடுத்த கட்ட வடிவம்தான் ‘ உரையாடல்’ (Discourse) என்பதாகும்.

உரையாடலில் இருவகை தொடர்புகள் அமைந்துள்ளன. (1) குறிப்பிட்ட சூழலில் நிகழ்த்தப்பெறும் தொடர்பு. மற்றது (2) சொற்களுக்கு அப்பாற்பட்ட பிற தொடர்பு அம்சங்கள் தவிர்க்கப்படும் உரையாடல்

ஹேபர்மாஸைப் பொறுத்த வரை உரையாடல் என்ற வடிவத்தின் மூலம் உண்மையான உடன்பாடுகளை எட்டமுடியும் என்பதே! அவர் குறிப்பிடும் வடிவத்தில் உரையாடல் உடன்பாடு என்பது வலுக் கட்டாயமாக திணிக்கப்படுவது அல்ல! மாறாக சரியான, வலுவான காரணங்கள் மூலம் முன் வைக்கப்படும் விவாதங்கள் மூலம் உடன்படுவதாகும். இம்மாதிரியான சமூக உடன்பாட்டை அல்லது இணக்கத்தை உரையாடல்கள் உருவாக்க வேண்டுமெனில் அதற்கு அடிப்படைத் தேவை ‘இலட்சியப் பேச்சு சூழல்’ (Ideal Speech Situation) ஆகும். இலட்சியப் பேச்சு சூழல் என்பது உரையாடலில் பங்குபெறும் அனைவருக்கும் சமமான வாய்ப்பளிப்பதாகும்.

– உரையாடல்களை – சரியான காரணங்களைக் கொண்டு அமைப்பதே அதன் வெற்றியை உறுதிப்படுத்தும்

என்கிறார். அவர் இச்சூழலில் உருவாகின்ற கருத்து உடன்பாடு அறம் மற்றும் உண்மையைச் சார்ந்தே அமைகின்றது எனும் ஹேபர்மாஸ் இதில் நிகழ்த்தப்படும் பேச்சிலே உண்மை, சுதந்திரம், நீதி ஆகியன கொண்ட ஒரு வாழ்க்கை வடிவத்திற்கான சாத்தியப்பாடு அமைகிறது என்கிறார்.

ஹேபர்மாஸ் முன்வைக்கும் தொடர்புச் செயல் என்பது மொழியின் பல்வகைச் செயல்பாடுகளில் ஒன்றாகும். மொழியின் வெவ்வேறு செயல்பாடுகள் குறித்து தத்துவத் தளத்திலே ஏற்கெனவே உரையாடல்கள் நிகழ்ந்துள்ளன. இவ்விவாதங்கள் ஹேபர்மாஸின் தொடர்புச் செயல் கோட்பாட்டிற்கு பெருமளவு உதவி புரிந்துள்ளன. காரல் பூயுலர், ஜான் ஆஸ்டின், ஜான் சியர்ல் போன்ற மொழி யியலாளர்களின் ஆய்வுகளை ஹேபர்மாஸ் பயன்படுத்திக் கொண்டார்.

மொழி புலன் கடந்த உணர்வு நிலைகளைப் பற்றிப் பேசுவதை ஹேபர்மாஸ் ஆதரிக்கவில்லை. ஆனால் அதே சமயம் அவர் மொழி என்பது புறவயப் பட்டதாகவே இருக்க வேண்டும் என்று அவசியமில்லை என்கிறார். மொழி மனித உறவுகள் சார்ந்த சமூகத்தளத்திலும் மறுபுறம் தனிமனிதனின் அனுபவங்கள் சார்ந்த அகவயத் களத்திலும் இயங்குகிறது என்கிறார். எனவே இக்கருத்தின் அடிப் படையில் புறவயம், அகவயம், சமூகம் என்ற மூன்று தளங்களை ஹேபர்மாஸ் அங்கீகரிக்கிறார். இவற்றின் மூலமாக தொடர்புச் செயல்பாட்டில் மொழியின் பயன்பாடு எத்தகையதாக இருக்கும் எனவும் விளக்குகிறார்.

ஹேபர்மாஸ் மொழியைப் பற்றி விளக்கும் போது அது இருவகைப் பயன்பாடு கொண்டதாக உள்ளது என்கிறார். அவை (1) ஒன்றுடன் ஒன்று தொடர்புடைய பயன். மற்றொன்று மொழியின் புலன் உணர்வு சார்ந்த பயன்பாடு (Congnitive uses of language). ஒன்றோடொன்று தொடர்பு ஏற்படுத்தும் பயன் என்பது பேசுபவருக்கும், கேட்பவருக்கும் இடையே உள்ள தொடர்பு சம்பந்தப்பட்டது. இரண்டாவது பயன் என்பது மொழியின் மூலம் குறிக்கப்படும் பொருள்

பற்றியது. இதில் பரஸ்பர தொடர்பு பற்றிய அம்சம் இருக்காது.

முதல்வகைப் பயன் என்பது சமூகம் சார்புடையது. அதாவது மொழியின் சமூகப் பயன்பாடு குறித்தது. அவரைப் பொறுத்தவரை பேச்சு செயல் என்பது சமூகச் செயலாகும். அவையே சமூகத்தில் உடன்பாடுகளை ஏற்படுத்த உதவுகின்றன. இச்செயலே தொடர்புச் செயல் எனக் கூறும் ஹேபர்மாஸ் எல்லா பேச்சும், தொடர்பும் சமூகத்தில் உடன்பாட்டை ஏற்படுத்துவதில்லை. எந்த தொடர்புச் செயல் தொடர்பு அறிவின் மீது அமைந்திருக்கின்றனவோ அவற்றால் மட்டுமே இது சாத்தியப்படும் என்கிறார். தொடர்பறிவு என்பது தொடர்பிற்கான பகுத்தறிவு ஆகும் (Communicative Rationality).

ஒரு சமூகம் முழுமையான பகுத்தறிவு கொண்ட சமூகமாக இருப்பது என்பது இயலாத காரியம். தொடர்பிற்கான பகுத்தறிவு என்பது சமூகத்தில் – அறிவு சார் தன்மையை ஏற்படுத்தும்.

தொடர்பிற்கான பகுத்தறிவு என்பது மொழியைப் பயன்படுத்தும் முறை பற்றிய விஷயம் மட்டுமல்ல! இது ஒரு சமூக விஷயமும்கூட. முறை என்று கூறும் போது அது தொடர்பின் முக்கிய பண்புகளை மொழி வடிவத்தில் உள்ளடக்குவதும், மறு கட்டமைப்பு மற்றும் மொழி மீதான விமர்சனத்திற்கும், மறுப்பிற்கும் வழி கொடுக்கக்கூடிய வகையிலும் அமைக்கும் செயல்பாடு ஆகும்.

அதாவது மொழியின் கட்டமைப்பு ஜனநாயக பூர்வமானதாகவும் அதே சமயம் பரந்துபட்ட மொழி அமைப்பு விதிகளையும் மதிக்கக் கூடியதாகவும் அமைவது. இதை அமைப்பதே தொடர்பிற்கான பகுத்தறிவு என்கிறார் ஹேபர்மாஸ்.

இது ஒரு சமூக விஷயமும்கூட என்றும் சொல்லும்போது இவ்வுறவு மொழியின் சமூகத்தன்மை மற்றும் அறிவுக்

கூறுகளின் வடிவங்கள் பற்றி அடையாளம் காணும். இப்புரிதலின் மூலம் மொழியை சமூகத்தின் மேலும் பல தளங்களுக்கு இவ்வறிவு நகர்த்தும் என்கிறார் ஹேபர்மாஸ்.

மனிதர்களின் சிந்தனையும், செயலும் ஒரு வகை காரணங்களினால் தான் அமைகின்றன. ஆனால் அவை பெரும்பாலும் புலனறிவு சார்ந்த இயந்திரத் தன்மை கொண்ட அறிவாக உள்ளது என்கிறார் ஹேபர்மாஸ். மொழியைக் கட்டமைக்கும், பயன்படுத்தும் இவ்வகை அறிவு ஒரு தலைப்பட்சமானதே. எனவே ஹேபர்மாஸ் முன்வைக்கும் தொடர்பிற்கான பகுத்தறிவு என்பது இந்த ஒரு தலைப் பட்ச தன்மையிலிருந்து மொழியை மீட்டு அதை பன்மைத் தளத்திற்கு இட்டுச் செல்லுகிறது.

இன்றைய சூழலில் ‘தொடர்புத்திறன்’ என்ற பெயரானது இளைஞர்களிடம் அதிகம் தேவைப்படுவதாகவும், அதற்கான பல பயிலரங்குகள், கல்லூரிகள்தோறும் நடைபெறுவதும் நாம் அறிந்ததே! ஆனால் இந்தத் தொடர்புத்திறன் என்பது மேலும் மேலும் அறிவை ஒரு வகைப்பட்டதாகவே திடப்படுத்தி அதன் மூலம் வியாபாரத்திற்கான பகுத்தறிவை வளப்படுத்துவதே, உபரி மதிப்பைக் கூட்டுவதற்கான மொழித் திறனை ஊக்குவிப்பதே இதன் நோக்கமாக உள்ளது. ஆனால் ஹேபர்மாஸ் கூறும் தொடர்புச் செயல் என்பதும் அதற்கான திறன் என்பதும், அதற்கான பகுத்தறிவு என்பதும் இதற்கு நேர் எதிரானது. மொழியை திறந்த மனதோடு பரந்த தளத்திற்கு, அதாவது எதிராளியின் மூளையை அமுக்காமல் அதை யோசிக்க வைக்கும் நட்பு கொண்ட தளத்திற்கு கொண்டு செல்லும் ஜனநாயக செயல்பாடு ஆகும்.

இவ்வகை தொடர்புச் செயல் உரையாடலில், விவாதத்தில் பங்கேற்பவர்களை சரியான விவாதங்களின் மூலம் ஒரு மையத்தில் இணைய வைக்கும். பங்கேற்பாளர்கள் தங்களுடைய அகவயப்பட்ட கருத்து நிலைப்பாடுகளைத் தளர்த்தி காரணங்கள் மீது அமையப்பட்ட கருத்துக்களுக்கு இடமளிப்பார்கள். அதே சமயம் அவர்களின் அகவயப்பட்ட

சிந்தனைகளுக்கும் மதிப்பளிக்கும் விதமாக இங்கு தொடர்புச் செயல் நடைபெறும். இப்படிப்பட்ட தொடர்புச் செயலை அமைப்பதே தொடர்பிற்கான பகுத்தறிவு என்கிறார் ஹேபர்மாஸ்.

இவ்வகை உடன்பாடுகளில் விவாதத்தின் பலத்தால் மட்டுமே பங்கேற்பாளர்கள் இசைகிறார்கள். வேறு வகை சக்திகள் இங்கு புறந்தள்ளப்படும். இப்படிப்பட்ட சுதந்திரமான பகிர்வுகளே 'உரையாடல்' என்று ஹேபர்மாஸ் குறிப்பிடுகிறார்.

எனவே தொடர்புச் செயலின் அடிநாதமாக இருப்பது பகுத்தறிவு (Communicative Rationality) ஆகும். தொடர்பிற்கான பகுத்தறிவிற்கு வித்தாக இருப்பது தொடர்பறிவாற்றல் (Communicative Competence) ஆகும்.

மேற்கத்திய அறிவொளி மரபின் விளைச்சலான பகுத்தறிவை (rationality) அழிவிற்கான, மானுட வாழ்வின் சிக்கலுக்கான கருவியாக விளக்கிக்காட்டிய வெபரின் விளக்கம் அறிஞர்கள், கல்வியாளர்கள் மத்தியில் ஒரு மனத் தொய்வை ஏற்படுத்தியிருந்தது. எப்படி யோசித்தாலும் ஏதோ ஒரு காரண வலைப்பின்னலில் மாட்டும் நிலை என இருந்த நிலையில், இப்பகுத்தறிவிற்கு தனது புதிய விளக்கத்தின் மூலம் ஒளி கொடுத்தார் ஹேபர்மாஸ் எனலாம்.

பகுத்தறிவியம் என்பது முடிவல்ல. அது தொடக்கம். அது ஒரு தொடர் செயல்பாடு. அது வகைப்பட்ட, ஒழுங்குபடுத்தப்பட்ட விமர்சன ஆய்விற்குத் தன்னை ஈடுபடுத்திக் கொள்ளும், அதன்மூலம் தன்னுடைய ஆக்க பூர்வமான நகர்வை மேற்கொள்ளும் என ஹேபர்மாஸ் வேபரால் சாய்த்து வைக்கப்பட்ட மேற்கத்திய அறிவுக் கோட்பாட்டை நிமிர்த்தி வைத்தார். ஆனால் இப்பகுத்தறிவு புதிய தளத்தில் இயங்க வேண்டிய அவசியத்தை வலியுறுத்தினார். வெறும் காரணங்களை முன் வைப்பது அல்ல அது. பிறருடன் கொள்ளும் தொடர்பு குறித்தது. எனவே, அது தொடர்பு குறித்த பகுத்தறிவாக இருப்பின்,

அது செழுமையடையும், பலனளிக்கும் என்றார். இதை அவர் தொடர்பிற்கான பகுத்தறிவு' என்கிறார்.

தொடர்பிற்கான பகுத்தறிவு எப்போதும் சாதிப்பதையும், நிலையாக இருப்பது பற்றியும், ஏற்கெனவே உள்ள சில ஒப்புதல்களை விமர்சனம் செய்து பலதரப்பிற்கான நியாயங்களோடு புதிய ஒப்புதல்களை உருவாக்கும் வேலையையும் செய்யும் என்பது ஹேபர்மாஸின் கருத்து.

விமர்சனங்கள் தான் தொடர்பிற்கான பகுத்தறிவைச் செழுமையாக்கும் என்று கூறும் அதே வேளையில் – தொடர்பறிவு என்பது தனிமனிதனின் புத்திசாலித்தனமான விவாதங்களை – திறனைக் குறிப்பதல்ல! அதற்கு ஒரே சமூகப் பரிமாணம் உள்ளது என்கிறார். இப்படி தனி மனிதத் தன்மையிலிருந்து சமூகத்தளத்திற்கு அறிவை கொண்டு செல்லும் தன்மையே தொடர்பறிவு கோட்பாட்டின் அடிப்படை அம்சமாகும். எனவே மொழி என்பது உள் அடக்கமாக அதன் சமூகத்தையும் அதனுள்ளார்ந்து பின்னிக் கிடக்கும் அறிவாண்மையையும் கொண்டதாகும்.

வெறும் சிந்தனை சார்ந்த விவாதங்களன்றி சமூக நிகழ்வுகளின் அடிப்படையிலும் தொடர்பிற்கான பகுத்தறிவு அமையும். செயல் தளங்களின் விவாதங்களை, உரையாடல்களை 'செயல்முறை உரையாடல்கள்' (Practical Discourscs) என்கிறார் ஹேபர்மாஸ். இதில் செயல்பாடுகளின் நன்மை – தீமைகள் செயல்பாடு மூலம் சோதிக்கப்படுகிறது. வார்த்தையற்ற கலாச்சார வெளிப்பாடுகள் இவ்வகையைச் சாரும். உரையாடல்களை இருவகையாகப் பிரிக்கின்றார் ஹேபர்மாஸ்.

தொடர்பானது புறவகை இயற்கையை நோக்கியதாக உள்ள போது பகுத்தறிவு நன்கு அலசப்பட்ட கருத்துக்களையும் விவாதங்களையும் அமைக்கும். மேலும் தவறுகளிலிருந்தும் கற்றுக் கொண்டு உரையாடலைச் செழுமைப் படுத்தும். இவ்வகை பகுத்தறிவு சார் விவாதம் முதல் வகையைச் சேர்ந்த கருத்தியல் உரையாடலில் நடைபெறும்.

இயற்கையை விடுத்து சமூகத்தை நோக்கி கட்டப்பட்ட தொடர்புச் செயலில் பல்வகைச் செயல்பாடுகள் நியாயப் படுத்தப்படும். அதற்கான ஆதாரங்களை ஏற்கெனவே சமூகத்தில் ஏற்கப்பட்ட வழிமுறைகள் காட்டும். இவ்விவாதம் சமூக செயல் குறித்த உடன்பாட்டிற்கான விவாதமாக அமையும். இது நடைமுறை குறித்த விவாதங்கள் வகை சார்ந்தது.

அழகியல் விமர்சன உரையாடல்களுக்கான தர்க்க அறிவு என்பது பிற விவாதங்களைப்போல் அல்லாது அறநிலைப்பாடுகளை ஆராயும் வகைப்பட்டதாகும். ஏற்கெனவே சமூகத்தில் கட்டமைக்கப்பட்ட மதிப்பீடுகளை ஏற்பதோ அல்லது கேள்விக்குள்ளாக்குவதோ இதில் நிகழும்.

சினிமா போன்ற கலை வடிவங்கள் பற்றி நிகழ்த்தப்படும் விவாதங்கள் மிக முக்கியமானவை. அவை அழகியல் சார்ந்த அனுபவங்களுக்கு மேலும் செழுமையூட்டும். இம்மாதிரி விவாதங்கள் ஒரு படைப்பின் நம்பகத்தன்மையை, மேன்மையை உறுதிப்படுத்தும்.

ஆனால் பெரும்பாலும் விமர்சன – விவாதங்களில் – உரையாடல்கள் பொருளாதார நலன்களை நேரடியாகச் சார்ந்தோ அல்லது அரசு ஸ்தாபன இடையீடுகள் கொண்டதாகவோ அமைகின்றன என்பது துயரமான விஷயமாகும். சினிமா போன்ற கலை வடிவத்தை உரையாடலுக்கு உட்படுத்துவதின் மூலம் திரைப்பட இயக்குநருக்கும், பார்வையாளருக்கும் இடையே ஆன உறவு மிகவும் நெருக்கமாகிறது என்கிறார் ஹேபர்மாஸ்.

இம்மாதிரி உரையாடல்கள் மூலம் சிலர் தாங்களே திரைப் படத்துறையில் ஈடுபட எத்தளிக்கின்றனர். அப்படி இல்லாதவர்கள் திரைப்படங்கள் குறித்த தங்கள் பார்வையை விசாலமாக்கிக் கொள்கின்றனர். அதன் மூலம் அவர்களின் பண்பாட்டு எல்லைகளை விஸ்தரித்துக் கொள்கின்றனர் என்பது ஹேபர்மாஸின் கருத்து.

திரைப்படங்கள் என்பவற்றைப் பொருத்தவரை எப்படி உருவாக்கப்படுகின்றன என்பது ஒருபுறம் இருப்பினும் எந்த சூழலில் அப்படங்களை – படத்தை – பார்வையாளர் காண்கிறார் என்பது மிகவும் முக்கியமான விஷயம் ஆகும். விட்கென்ஸ்டைன் கூறியது போல எந்தப் புரிதலும் பகிர்ந்து கொள்ளப்பட்ட பின்னணியின்றி சாத்தியமற்றவை என்பதை இங்கு அவதானிக்க வேண்டியுள்ளது.

ஆனால் இவ்வகை உரையாடல்களினால் – உரையாடல்களில் உள்ள பேச்சு செயல்களினால் ஒரே வகைப் புரிதலை அனைவருக்கும் உறுதி செய்வது என்பது கிடையாது. ஆனால் சமூகத் தளங்களில் இவ்விவாதங்கள் புதிய வகை உரையாடல்களுக்கு வழிவகுக்கும். இவ்வுரையாடல்கள் கலாச்சார – பண்பாட்டுத் தளங்களில் மாற்றங்களை ஏற்படுத்தும் என்பது அவரின் நம்பிக்கை. இம்மாதிரி உரையாடல்கள் ஒரு தலைத் தன்மை கொண்டதாக அன்றி பலரின் அனுபவப் பகிர்வாக அமையும்.

சிகிச்சை வகை உரையாடல் நம்மை நாம் ஏமாற்றிக் கொள்வதிலிருந்து காப்பாற்றும். ஏமாற்றிக் கொள்ளுதல் என்று கூறும்போது வளர்ச்சி சார்ந்த தம்முடைய அனுபவங்களில் நாம் சில இறுகிய தன்மைகளையும் ஒருதலைப்பட்சமான மதிப்பீடுகளையும் உருவாக்கிக் கொள்ளுதலை அது குறிப்பதாகும். மதிப்பீடுகளில் இறுகிப் போவதால் நாம் பல மாறி வரும் சூழல்களை எதிர் கொள்ள இயலாமல் போகிறது. அல்லது நம்முடைய எதிர்விளைவை அவற்றுக்குக் கொடுக்க இயலாமல் போகிறது. இம்மாதிரி சூழலில் தான் உளவியல் பகுப்பாய்வு தேவை என்கிறார் ஹேபர்மாஸ்.

உளவியல் பகுப்பாய்வு தொடர்பியல் பகுத்தறிவுக்கு மிகவும் ஏற்றது, தேவையானது என்பது அவர் நிலைப்பாடாகும். உளப் பகுப்பாய்வு என்பது நம்முடைய மனமருட்சிகளை விலக்கும் வழிமுறை ஆகும். இங்கே மனமருட்சிகளை விலக்குதல் என்பது மாறுதல்களுக்கு உட்படுத்தும் செயல்களுடன் நிகழ்வதாகும். கலை வடிவங்கள் இம்மாதிரியான உளப்பகுப்பாய்வு

செயலை தங்கள் பார்வையாளர்களிடம் செய்கின்றன. நல்ல திரைப்படம் மிகவும் ஜனநாயகபூர்வமாக, பார்வையாளனின் சிந்தனைக்கும், கற்பனைக்கும் இடமறிந்து இதனைச் செய்யும்.

விளக்கவகை உரையாடல்கள் ஒரு புரிதலை அடைவதற்கான குறிக்கோளுடன் செயல்படுபவையாகும். பல்வகை விளக்க முறைகள் தொடர்புச் செயல் கோட்பாட்டில் கூறப்பட்டிருந்தாலும் ஹேபர்மாஸ் இங்கு முன்னிலைப் படுத்துவது வார்த்தைகளினால் ஆன உரையாடல்களைத்தான். மனித செயல்பாடுகளில் வார்த்தை சார்ந்த மொழி பிற எல்லாவற்றையும் விட மிக முக்கியப்பங்கை வகிப்பதை ஹேபர்மாஸ் கூறுகிறார். அதற்காக கலை இலக்கியத் தன்மை கொண்டதாக இருக்க வேண்டும் என்பதில்லை என்கிறார்.

ஹேபர்மாஸைப் பொறுத்தவரை நல்லதொரு தொடர்புச் செயல்பாடு என்பது எல்லாவகை உரையாடல் தன்மைகளையும் பெற்றிருக்கும். ஹெகல் பல்வகை அறிவுகளை ஒரே புள்ளியில் இணைக்க முயன்றார். ஆனால் ஹேபர்மாசின் தொடர்பறிவு என்பது பன்முகப்பட்டது. அதை ஒரே வகையின்கீழ் கொண்டுவருவது இயலாது. ஆனால் அவைகளுக்கு இடையே ஒரு இயைபை (Harmony) உருவாக்கலாம். அதுவே தேவையும் கூட என்கிறார். ஆக மொத்தத்தில் ஹேபர்மாஸின் தொடர்புச் செயல் கோட்பாடு என்பது விமர்சனக் கோட்பாட்டிற்கு புதிய தளத்தைக் கொடுத்தது எனலாம். உற்பத்தி குறித்த உரையாடல்கள் என்ற தளத்திலிருந்து தொடர்புச் செயல்' என்ற தளத்திற்கு சமூக விடுதலைக்கான விமர்சனங்களை நகர்த்தியது இவரின் இக்கோட்பாடு. இத்தொடர்புச் செயல் கோட்பாட்டில் ஹேபர்மாஸ் முன்வைக்கும் தொடர்பு நெறி அறம் (Communicative Ethics) அவருடைய தொடர்புச்செய்ல் கோட்பாட்டின் அடித்தளமாக அமைக்கப்பட்டுள்ளது. அதுபற்றி அடுத்த அத்தியாயம் விளக்குகிறது.

தொடர்புநெறிக் கோட்பாடு
(Communicative Ethics)

ஹேபர்மாஸின் முக்கிய சித்தாந்தங்களில் ஒன்று 'தொடர்பு நெறி' பற்றியதாகும். இந்த தொடர்புநெறி பல்வகை செயல்களைக் கட்டமைக்கிறது. இன்றைய சூழலுக்குத் தேவையான பங்கேற்பு ஜனநாயகத்தை இது வலியுறுத்துகிறது. நீதிக்கான ஜனநாயக முறைகொண்ட மாதிரி ஒன்றை இது முன்வைக்கிறது. இவ்வடிவம், இன்று உள்ள சமூக நிறுவனங்களின் நடுநிலைத்தன்மை அல்லது, அவை நீதியுடன் செயல்படுகின்றனவா என்பதை கேள்விக்குட் படுத்தும் பணியைச் செய்கின்றது. இதன் அடிப்படையில் ஹேபர்மாஸ் கருத்தியல் விமர்சனக் கோட்பாட்டை நிலை நிறுத்த முயன்றார். இதன் இறுதி நோக்கம், வளர்ச்சியடைந்த முதலாளித்துவ சமூகத்தில், எப்படி மானுடம் தன் விடுதலையை அடைவது என்பதே ஆகும். எனவே ஹேபர்மாஸைப் பொறுத்தவரை 'அறிவு' என்பது மானுட சுதந்திரம், நல்வாழ்வு இவற்றை உள்ளடக்கிய, மனித மேம்பாடு பற்றிய வழிகளைச் சொல்லுவதே ஆகும்.

இவருடைய தொடர்புநெறிக் கோட்பாடு என்பது அவருடைய தொடர்புச் செயல் கோட்பாட்டின் ஒரு பகுதி ஆகும். இன்று ஜனநாயகம் என்பது பொதுவாக மேற்கத்திய, வளர்ந்த தொழிற்துறை உள்ள நாடுகளில் வெகுஜன ஏற்பு அல்லது பணிவு என்ற அளவில் அர்த்தப்படுத்தப்படுகிறது, என்கிறார் ஹேபர்மாஸ். பெரும்பாலும் விமர்சனங்களுக்கான வழியற்ற ஒருவகை ஜனநாயகம் இது.

முரண்பாடுடைய தேவைகள், மதிப்பீடுகள், நன்மை பற்றிய கருத்தாக்கங்கள் போன்றவை பின்னுக்குத் தள்ளப்பட்டு, தனி மனிதர்களின் தனிப்பட்ட விருப்பு வெறுப்புகளையும், அந்தந்த சூழலுக்கான தற்காலிகத் தீர்வுகளை முன்வைக்கும் பண்புடையது இத்தகைய ஜனநாயகம். ஜனநாயகம் கோட்பாட்டின் ஒவ்வொரு கருத்துக்கும் மதிப்பளிக்க முடியும். எனவே கருத்து வேறுபாடுகளும், முரண்பாடுகளும் அவற்றுக்குரிய மதிப்புடன் கணக்கில் எடுத்துக் கொள்ள இயலும். பல்வகை மாறுபட்ட கருத்துக்களைப் பொறுமையுடன் கணக்கிலெடுக்கும் சகிப்புத்தன்மை உருவாகும். இதுமாதிரி அம்சங்கள் ஒருபுறம் இருக்க, மறுபுறம் முரண்பாடுடைய நலன்களை அரசு ஜனநாயகத்தில் ஊக்குவிக்கும். தனிச்சொத்து குறித்து விவாதங்களை அங்கீரித்துப் பாதுகாக்கும். இதை 'தனியார் உடைமை என்ற வார்த்தையினால் புரிந்து கொள்ளலாம். இப்படி தனியார் உடைமை ஏற்பின் அடிப்படையில் நிகழும் முரண்பாடுகள், வேறுபாடுகள் மற்றும் போட்டிகள் பெரும்பாலும் 'யார்' வலியவர்களோ, அவர்களுக்குச் சாதகமாகவே தீர்க்கப்பட்டுள்ளன.

சுதந்திர ஜனநாயகத்தில் பெருவாரியான வாக்காளர்களால், தேர்ந்தெடுக்கப்படும் சட்டமன்ற உறுப்பினர்கள் பெருவாரியான மக்கள் நலனுக்கான வழிகளைத்தான், சட்டங்களைத்தான் உருவாக்கு வார்கள் என்று எதிர்பார்க்கப்படுகிறது. ஆனால் இது கேள்விக் குள்ளாக்கப்பட வேண்டிய கருத்தாகும். சொத்துரிமை குறித்த சட்டங்கள் எல்லாம் பொது நலம் சார்ந்து பெரும்பாலும் இருப்பதில்லை.

சில முடிவுகள் பெருவாரியான மக்களின் நன்மைக்காக என்ற பெயரில் எடுக்கப்பட்டாலும், அவை பாதிப்பை ஏற்படுத்துபவையாகவும் இருக்கும். உதாரணமாக மிகப்பெரிய தொழிற் சாலைகளை உருவாக்க அனுமதிப்பது, ஆனால் அவற்றினால் ஏற்படும் சூழல் கேடுகளை

கண்டுகொள்ளாமல் விடுவது. பெரும்பாலும் அரசின் இம்மாதிரி தவறான முடிவுகளை எதிர்த்து எழுப்பும் குரல்கள் ஒதுக்கப்படுகின்றன. ஜனநாயகம் என்ற பெயரில் பெருவாரியான மக்களின் ஒப்புதல் என்ற நிலைப்பாடு இங்கே பயன்படுத்தப்படுகிறது. பெருவாரியான மக்களின் ஒப்புதல் எனும்போது, இப்பெருவாரியில், பெரும்பாலும் ஏழைகள், கல்வி குறைந்தவர்கள், தொழிலாளர்கள் ஆகியோர் அடங்குவர். இம்மாதிரி அரசு எடுக்கும் பல முடிவுகளில் வெகுஜன மக்களின் கண்மூடித்தனமான ஏற்பு என்பதுதான் பிரதானமாக்கப்படுகிறது. இங்கு அடிப்படைக் கேள்விகளை முன்வைக்கும் விவாதங்கள் தவிர்க்கப்படுகின்றன. சொத்து பற்றிய விவாதங்களாக அன்றி தனி அரசியல்வாதியின் குணநலன்களைப் போற்றும் விஷயமாக விவாதங்கள் அமைகின்றன. தேர்ந்தெடுக்கப் பட்ட மக்கள் பிரதிநிதிகள் மக்களுக்கான சட்டங்களை இயற்றுவதை தடைசெய்துவிட்டு, பணபலமுள்ள பலரின் பணநலன்களுக்கான சட்டங்களை உருவாக்கும் நிலை ஏற்படுகிறது,

ஒரு நிறுவனத்தில் உண்டாகும் சூழல் பாதிப்பு பற்றி குரல் எழுப்பும் சூழல்வாதியின் நியாயத்தையும் கேட்பதுபோல பாவனைகள் உருவாக்கப்பட்டு, அவர்கள் சார்பாக, சில கட்டுப்பாடுகளை இம்மாதிரி நிறுவனங்கள் மீது விதித்து, நியாயமாக இருப்பதாகவும் காட்டிக் கொள்கின்றன. ஜனநாயகத்தில், இம்மாதிரியான, நடுநிலையை காட்டிக் கொண்டு புரட்சிகர விமர்சனங்களைத் தவிர்ப்பதை, அடக்குவதை அரசு செய்கின்றது. ஜனநாயகத்தில் அனைவருக்கும் சமமான களம் உள்ளது என்ற கூற்றை உண்மையாக்க வேண்டுமெனில், பலதரப்பு விவாதங்களுக்கான பொதுக்களங்கள் செயல்பட வேண்டும் என்கிறார். அதில் நியாயமான, நடுநிலையான விவாதங்கள் நிகழ்த்தப்பட வேண்டும். இவ்விவாதங்களில் பங்கு பெறுவோர் சமமான தொடர்புத்திறன் கொண்டவர்களாகவும், அறிவு சார் உடன்பாட்டை பொது நலன் கருதி உருவாக்குவதில் நோக்கம் கொண்டவர்களாகவும் இருக்க வேண்டும் என்றார் ஹேபர்மாஸ். ரூஸோ கூறியது போல சமமான,

அறிவுசார் ஜனநாயகம் அனைத்து தரப்பு குடிமக்களின் பங்கேற்பையும் எதிர்பார்க்கிறது. ஆனால் எப்போது பிறரை அனுப்புகின்றோமோ அப்போது நம்மை உறுதி செய்யும் அடிப்படை உரிமையை இழக்கிறோம். எனவே தீர்மானங்கள், முடிவுகள் என்பது வெறும் சட்டசபைக்குள்ளாக எடுக்கப்படுபவையாக இருப்பதை ஹேபர்மாஸ் ஏற்கவில்லை. அவற்றைப் பகுத்தறிவு சார்ந்த விமர்சனக் கூறுகொண்ட பொதுக்களங்களில் விவாதிக்கப்பட வைத்தல் வேண்டும். ஜனநாயகத்தில் இதற்கான வழி இருப்பது அவசியம் என வலியுறுத்துகிறார். இதன்மூலம் குடிமக்கள் தங்கள் நன்மைக்கான உறுதியான சில அம்சங்கள் கூடிய உடன்பாட்டை எட்ட இயலும் என்கிறார் ஹேபர்மாஸ். ரூஸோ பொது உடன்பாடு (general will) என்ற பெயரில் முன்வைக்கும் கருத்தாக்கத்தை ஹேபர்மாஸ் மறுதலிக்கிறார். ஏனெனில் பொதுக்கருத்து, பொது விவாதம், பொது உடன்பாடு என்பவை பெரும்பாலும் விமர்சனப் பண்புகளற்றதாக இருக்கும். மேலும் பெரும்பான்மை யினர் விமர்சனத்துடனோ, விமர்சனமின்றியோ ஏற்கும் கருத்துகள், சிறுபான்மையினரின் உரிமையை, கருத்துக்களை நசுக்கும். எனவே இவ்வடிவத்திற்கு மாற்றாக ஹேபர்மாஸ் விவாதங்கள், உரையாடல் தளத்திற்கு எடுத்துச் செல்கின்றார். பகுத்தறிவுசார் விவாதம் என்பது ஏற்கனவே உள்ள பொது உடன்பாட்டை முன்னிறுத்துவது அல்ல, மாறாக நீண்டு நிலைக்கும் பொது நலனுக்கான கூறுகளை அடையாளம் காணும் தேடலாக அது இருக்கும் என்கிறார் ஹேபர்மாஸ், எனவே ஜனநாயகத்தில் தேர்ந்தெடுக்கப்பட்ட அமைப்புகளில் ஒத்துப்போகும் – வேறுபடும் அம்சங்களை பதிவு செய்வது என்ற நிலையைக் கடந்து, அங்கு நடைபெறும் ஆரோக்யமான விவாதங்கள் விமர்சன ரீதியான புத்தொளி பெறும் நிலையை எட்டும் குறிக்கோளுடன் செயல்பட வேண்டும் என்கிறார் ஹேபர்மாஸ்.

கீழ்வரையில் வேரூன்றும் ஜனநாயக மாதிரியாக ஹேபர்மாஸின் ஜனநாயக வடிவம் காணப்படுகின்றது.

மொத்தமான அரசியல் தீர்வு வடிவங்களை மேலிருந்து கீழே திணிக்காமல், அரசியல் விவாதங்களை உள்ளூர் மற்றும் சிறு அளவிலான குழுமங்களில் எடுத்துச் செல்வது ஆரோக்கியமான ஜனநாயகப் பண்பு என்கிறார் ஹேபர்மாஸ். சில தீர்வுகள் சிலரைப் பாதிக்கக்கூடும். அப்படிப்பட்ட சூழலில் பாதிக்கப் படுபவர்களின் அறிவுசார் மாற்றுத் தீர்வுகள் (எந்தவித பலவந்தமுமில்லாத) ஏற்றுக்கொள்ளப்பட வேண்டும். எனவே ஹேபர்மாஸின் தொடர்பு நெறிக் கோட்பாட்டில் தன்னாட்சியும், அனைத்துக்குமான நீதி என்ற தன்மையும் காணப்படுகின்றன.

இதே போன்ற கோட்பாட்டை இம்மானுவேல் காண்ட் என்ற ஜெர்மானிய தத்துவ அறிஞர் முன்வைத்திருந்தார். ஆனால் காண்ட் பாதிக்கப்படுவர்களின் நலன் பற்றி அக்கறை கொள்ளவில்லை. சிலரின் பாதிப்பைக் காண்ட் கண்டு கொள்ளாத குறையை ஹேபர்மாஸ் சரிசெய்து தன்னுடைய தொடர்பு நெறிக் கோட்பாட்டை அமைத்துள்ளார் எனலாம். ஹேபர்மாஸின் கருத்தாக்கத்தின்படி விதிமுறைகளினால் நீதி நிலைநிறுத்தப் பெறுதல் என்ற முறைக்குப் பதிலாக அறிவுரீதியான உடன்பாடு அல்லது ஒப்புதல் என்ற முறை முன்னிறுத்தப்படுகிறது. எனவே தொடர்புநெறி என்பது பகுத்தறிவுசார் நலன்களுடன் சமூக விதிமுறைகளை இணைக்கிறது. ஆனால் இதில் சில பிரச்சினைகள் உள்ளன. பல சமயங்களில் கருத்தியல் ரீதியாக எடுக்கப்பட்ட தீர்வுகள் – அறிவுசார் நலன்களுக்கு எதிராக அமையும். எனவே தொடர்பு நெறிக் கோட்பாடு போலிகளை வேறுபடுத்திப் பார்க்கும் அளவு கோலை விளக்க வேண்டும். தொடர்பு அறம் என்பதின் அடிப்படை நோக்கம் பகுத்தறிவு சார்ந்த, பங்கேற்பு ஜனநாயகத்தை உறுதி செய்வதாகும். இதில் ஏற்கனவே உள்ள தேவைகள் ஆராயப்பட்டு தேவைக்கேற்ப மாற்றப்படும். பொதுவிவாதங்கள் மூலமாகத்தான் ஒரு திட்டத்தின் அல்லது சட்டத்தின் சாதக – பாதகங்கள் வெளிவரும். மக்கள் இம்மாதிரி விவாதங்களில் பங்கேற்க ஊக்குவிக்கப்படுவதும், அவர்கள் பங்கேற்பதும் இதில்

அவசியமானதாகும். இவ்வுரையாடல் முறை மக்களின் பங்கேற்பினால் கட்டமைக்கப்படுகிறது. இதில் கிட்டும் தீர்வுகள் – தர்க்கரீதியாக தனிமனிதர்கள் வகுக்கும் தீர்வுகளைவிட சரியானவையாக அமையும் என்பது ஹேபர்மாஸைப் பொறுத்தவரை இதுவும் ஒருவகை தர்க்கமே! இது உரையாடல் தர்க்கம்! இதில் சாதாரண தர்க்கம்போல வாக்கியங்களின் வார்த்தைகளைக் கொண்டு முடிவுகளை வகுத்தெடுப்பது போல் அன்றி சமூகச்சூழல்களையும் கணக்கிலெடுக்கும் உரையாடல் வடிவமாகும். நீதி, உண்மை என்பதை நிலைநாட்டுவதே இதில் முக்கிய நோக்கம் ஆகும். 'உடன்பாடு' என்பதே ஒருமைக்கும் பன்மைக்குமான பாலமாக அமையும்; விதிகளுக்கும், அதன் செயல் ஆக்கத்திற்குமான பாலமாக அமையும் என்பது இவரின் கருத்து.

ஹேபர்மாஸ் முன்வைக்கும் உரையாடல் வடிவத்தின் மூலம் பரந்துபட்ட சிந்தனையும், நடுநிலையான ஏற்பும் சாத்தியம் என்கிறார். இவ்விவாதங்களின் மூலம் ஒவ்வொரு தனி நபரின் கருத்துகளும் கூட கணக்கில் எடுத்துக் கொண்டு முடிவுகளை எடுக்க இயலும் என்பது சிலரின் நம்பிக்கை. ஆனால் இவ்வுரையாடல் எத்தன்மையானதாக இருக்க வேண்டும் என்பதற்கான விதிமுறைகளை ஹேபர்மாஸ் கொடுத்துள்ளார். அவை:

1. பேச்சு, செயல்திறன் கொண்ட ஒவ்வொரு நபரும் உரையாடல்களில் பங்கேற்கலாம்.

2. பங்கேற்கும் நபர்கள், முன்வைக்கப்படும் எந்த ஒரு கருத்துருவையும் கேள்விக்குட்படுத்தலாம்.

3. ஒவ்வொரு பங்கேற்பாளரும் உரையாடலில் எந்த ஒரு கருத்துருவையும் முன்மொழியலாம்.

4. ஒவ்வொரு நபரும் தங்களின் தேவைகள் மற்றும் எண்ணங்களை வெளிப்படுத்தலாம்.

5. எந்த ஒரு நிர்பந்தமும் உரையாடுபவர்களுக்குத் தடையாக இருத்தல் கூடாது.

மேலே குறிப்பிட்டுள்ள விதிமுறைகள் கொண்ட உரையாடல் திறத்தை 'இலட்சியப் பேச்சு சூழல்' (Ideal speech situation) என ஹேபர்மாஸ் அழைக்கிறார். திறனுள்ள ஒவ்வொரு பேச்சாளர்களுக்கும் இதில் சம அளவு அறம்சார் தன்னாட்சி வழங்கப்பட வகை செய்ய வேண்டும் என்கிறார். தன்னாட்சி என்பது என்னவெனில், விவாதத்திற்கான சம இடம் அனைவருக்கும் வழங்கப்படுவது ஆகும். சம வாய்ப்புடன்கூடிய விவாதக்களத்தில் எந்தவித கருத்தியல் ரீதியான நெருக்கடியுமின்றி, கலாச்சார, சமூக அரசியல், பொருளாதார மேலாதிக்கமுமின்றி விவாதிப்பதே தன்னாட்சி எனப்படுகிறது. இப்படிக்கூறும் போது ஹேபர்மாஸ் தனிநபர் வாதத்தை முன்னிறுத்துகிறார் என்பது பொருளல்ல. நெருக்கடிகள் மூலம் பெரும்பாலும் தொடர்புகள் சிதைந்து போகின்றன என்கிறார் இவர். இத்தகைய சிதைக்கப்பட்ட (Distorted Communication) கருத்துத் தொடர்புகள் நிலவும் சூழலைக் கடந்து செல்வதன் மூலமே விடுதலை சாத்தியமாகும். கடந்து செல்லுதல் என்பது விமர்சன ரீதியான சுயசிந்தனையையும், விமர்சனத்தையும் உள்ளடக்கியது ஆகும். ஆதிக்கத்தின் பல்வேறு வடிவங்களை அம்பலப்படுத்தும் ஆற்றல் இத்தகைய சுயசிந்தனைக்கே உள்ளது. ஹேபர்மாஸ் கூற்றுப்படி, இலட்சியப் பேச்சுச் சூழலில் எதிர்பார்க்கும் நீதி, சமஉரிமை என்பவை சகலரின் கூட்டு ஒருமைப்பாடு இன்றி சாத்தியமாகாது. இது எப்படி என்றால் கூட்டு உரையாடல்களில் பங்கு பெறுபவர்கள் தன்னலமின்றி, தனக்கான கருத்துகளை ஒருதலைப்பட்சமாக, பலவந்தமாக முன்மொழியாமல், தான் சார்ந்துள்ள உலகிற்கான பொறுப்புடன், தான் சார்ந்துள்ள உலகின் ஒற்றுமைக்கான உரையாடலாக முன்வைப்பார்கள் எனில், ஒற்றுமை சாத்தியமாகும் என்கிறார் ஹேபர்மாஸ்.

நீதி என்பது சமமான வாய்ப்பில் மட்டும் அமைவது அல்ல. உரையாடல் களத்தில் உள்ள ஒவ்வொரு தனிநபரின் அகம் சார்ந்த விஷயங்களையும் கணக்கில் கொள்வதாகும் என்கிறார். தன்னுடைய சகமனிதர்களின் உரிமையை மதிக்காத

அவர்களின் நலத்தைப் பாதுகாக்காத அறக்கோட்பாட்டை யாரும் இலட்சிய பேச்சு சூழலில் உருவாக்க முடியாது. இங்கு சுயநலம் சார்ந்த கருத்துகள் தோல்வி அடையும். ஏற்கப்படமாட்டாது என்பது இவர் கருத்து.

தனிமனித உரிமைகளுக்கும், கூட்டு ஒருமைப் பாட்டிற்குமான உறவில் தனிமனிதன் அனைவருக்குமான நலன்கருதி தன்னுடைய தனிப்பட்ட நிலைப்பாட்டை விட்டுக்கொடுக்கும் நிகழ்வு நடைபெறும் என்பது ஹேபர்மாஸின் நம்பிக்கை. இப்படிப்பட்ட நிலையன்றி தனிமனித உரிமைகள் தூக்கிப்பிடிக்கப்படுமானால் அவை பெரும்பாலும் சுயநலம் சார்ந்த அரசியல் மேலாதிக்கமாக மாறும்.

அதேபோல கூட்டு ஒற்றுமை என்பது தனிநபரின் கருத்துக் களுக்கு மதிப்பளிக்காமல், உரையாடலை நிகழ்த்துமானால் அது கருத்தியல் ரீதியான ஒருதலைப்பட்சமாகவும், சமத்துவமற்றதாகவும், நியாயமற்றதாகவும் இருக்கும். ஹேபர்மாஸ் தன்னுடைய இலட்சியப் பேச்சு சூழல், ஜனநாயகத்தின் உண்மைச் சாரத்தை மீட்டெடுக்கும், பாதுகாக்கும் வடிவமாக இருக்கும் என்று வலியுறுத்துகிறார். இவ்விளக்கங்களின் அடிப்படையில் உரையாடல் நெறியைக் காணும்போது, அது வரையறுக்கப்பட்ட, பிரகடனப்படுத்தப்பட்ட பெரும்பாலும் மரபுரீதியான, ஏற்றுக் கொள்ளப்பட்ட அறம் குறித்த மகா வாக்கியங்கள் விமர்சனக்குள்ளாக்கப்பட வேண்டும். ஒரு அறம் சார்ந்த வாக்கியம் என்பது சமயம், கடவுள் போன்ற அருவ கோட்பாடுகளிலிருந்து வகுத்து எடுக்கப்படாமல், பன்மைச் சமூகத்தின் பல்வகைத் தேவைகள் நெருக்கடிகள் ஆகியவற்றைக் கணக்கிலெடுத்த விவாதங்களின் மூலம் உருவாக்கப்பட வேண்டும். இலட்சியப்பேச்சு சூழலுடன் கட்டமைக்கப்படும் விவாதங்கள் ஏற்கனவே உள்ள வாழ்வியல் உலகினை அசைக்கும். கேள்விக்குட்படுத்தும். சரிசெய்யும். செப்பனிடும். நல்ல வாழ்க்கை என்பதைவிட

நல்ல அறம் என்பதற்கான விவாதங்களே பன்மைச் சமூகத்தினை செழிப்படையச் செய்யும். விவாதங்களில் பாதிக்கப்பட்டவர்களின் சார்பாக யாரோ ஒரு பிரதிநிதி பேசுவதைவிட, பாதிக்கப்பட்டவரே பேசும்போது அது சரியாக வரும். மேலும் பாதிக்கப்பட்டவர்கள் ஒத்துழைப்புடன் பங்கேற்பார்கள் – பங்கேற்க வைக்க வேண்டும்.

உரையாடல் இயங்கியல் தன்மை கொண்டது. முரண்பாடுகள் கொண்ட இரு தன்மைகளை உரையாடல் மூலம் உறவாட வைப்பது. அதில் விவாதங்களும், எதிர் விவாதங்களுமே பிரதானம். புதிய நுட்பமான விழுமியங்களை அது உருவாக்கும். உரையாடல் மிகவும் கூர்மையான விமர்சனப் பங்கேற்பாக இருக்க வேண்டும். ஒருபுறம் தெளிவும் மறுபுறம் மானுடவிடுதலையும் அதன் இலக்குகளாக இருக்கும்

உரையாடலில் பங்குபெறும் ஒவ்வொருவருக்கும் தங்கள் உணர்வுகளைப் பயமின்றி, எந்தவித நிர்பந்தமுமின்றி, எந்தவித தடையுமின்றி வெளிப்படுத்த வழிவகை செய்ய வேண்டும். உரையாடல்களில் பங்கேற்பவர்கள் நிர்பந்தங்கள் ஏற்படுத்தாத நல்ல விவாதங்களினால் ஏற்புடைமையைக் கொள்வார்கள். ஏற்பு என்பது புரிதலால் நிகழும். இதில் நல்ல நம்பிக்கை என்பது பிரதான பங்கு வகிக்கிறது. வாதங்களின் செல்லுபடித்தன்மை உண்மை குறித்து எல்லோரின் ஒப்புதலில் அமையும். உரையாடல்களில் அடையாளம் காணப்படும் உண்மை என்பது வெளியே கிடப்பது அல்ல. அது அந்த குழுவிற்குள்ளாகவே உறைந்து கிடப்பதாகும்.

இம்மானுவேல் கான்ட் அறக்கோட்பாட்டை நிறுவுகையில் பகுத்தறிவுக்குக் கொடுத்த முக்கியத்துவத்தை, கலாச்சார மரபுகளுக்குக் கொடுக்கத் தவறிவிட்டார். மாறாக ஹெகல், கான்ட் விட்டுவிட்ட அம்சங்களைக் கொண்ட வரலாறு குறித்த தத்துவத்தை முக்கியப்படுத்தினார்.

கான்ட்டின் அறம் பகுத்தறிவில் ஊன்றியது. ஹெகலின் அறம் கலாச்சாரம் மற்றும் வரலாற்றில் ஊன்றியது. இரண்டையும் இணைத்து, ஹேபர்மாஸின் அறம், ஒருபுறம்

வரலாறு, கலாச்சாரம், மறுபுறம் பகுத்தறிவு என்று இரு தன்மைகளைக் கொண்டது.

ஹேபர்மாஸின் Principle of Universalization கருத்து உடன்பாட்டிற்கான அடிப்படையாக முன்மொழியப்பட்டது. அதன் முக்கிய வடிவம்தான் 'இலட்சியப் பேச்சு சூழல்'. மொழியியல் சார்ந்த தொடர்புக்கு கண்டிப்பாக இலட்சியப்பேச்சு சூழல் வேண்டும் என்று வலியுறுத்தும் ஹேபர்மாஸ், கீழ்கண்ட ஏழு நிலைகளை அதை நிலைநிறுத்தும் வகையில் முன்வைக்கிறார்.

1. தொடர்பு என்ற நிகழ்வில் குறைந்தபட்சம் இரண்டு நபர்கள் உடன்பாட்டுக்கு வர இயலும்.
2. உண்மையான விவாதத்திற்கும், போலியான விவாதத்திற்கும் உள்ள வித்தியாசங்களை அறிய இயலும்.
3. உண்மையான கருத்து உடன்பாடு என்பது நல்ல விவாதங்களின் சக்தியால் மட்டுமே ஏற்படுத்தப்படும்.
4. நல்ல வாதங்களின் சக்தி என்பது புறஉலகின் இடையூறுகள் இல்லை என்றால் மட்டுமே சாத்தியம்.
5. அக உலக இடையூறுகள் இல்லாத நிலையில் உடன்பாடுகளை ஏற்படுத்தும் தொடர்புச் செயல்கள் சாத்தியம்.
6. சமவாய்ப்புகளும், நெறிப்படுத்தப்பட்ட தொடர்புச் செயல்களும், சமபிரதிநிதித்துவம் கொண்ட இலட்சியப் பேச்சு சூழலை உருவாக்கும்.
7. நல்ல தொடர்பு நிகழ்வில் சமூகச் சூழலுடன் கூடிய இலட்சியப் பேச்சுசூழல் உருவாவதற்கான சாத்தியப்பாடுகள் அதிகம்.

ஹேபர்மாஸ் கூறும் தொடர்பு ஆற்றல் திறன் (Communicative Competence) என்பது மேலே விளக்கியுள்ள இலட்சியப் பேச்சுச் சூழலை உருவாக்கும் திறனை குறிப்பிடுவதாகும்.

உரையாடல்களின் முக்கிய நோக்கம் பகுத்தறிவினால் உருவாக்கப்படும் கருத்து உடன்பாடு ஆகும். அதற்கான தேவைதான் இலட்சியப் பேச்சு சூழல். இலட்சியப்பேச்சுச் சூழல் விவாதத்தில் பங்கேற்கும் அனைத்து தரப்பினருக்கும் சரியான சம வாய்ப்புக் கொடுக்கும் நிலையாகும். இங்கு ஹேபர்மாஸ் நம்பிக்கையை முழுக்க முழுக்க (காரணங்கள் கொண்ட விவாதத்தின்) பகுத்தறிவின் சக்தியின் மீது வைக்கின்றார். உண்மை என்பது வெளியே இருப்பது அல்ல. அது கருத்து முதல்வாதிகள் குறிப்பிடுவதுபோல் மனதில் உறைவதும் அல்ல. மாறாக சமூகத்தில் வாழ்வது என்கிறார். அது சமூகங்களுக்கிடையிலான வெளிப்படையான, நிபந்தனைகளற்ற உரையாடல்கள் மூலம்தான் கொண்டுவர முடியும் என்கிறார்.

ஆனால் ஹேபர்மாஸின் இந்தக் கோட்பாட்டிற்கு ஏராளமான விமர்சனங்கள் முன்வைக்கப்பட்டன. இங்கே மாதிரிக்காக ஓரிரண்டு விமர்சனங்களைக் காணலாம். ரிக் ராட்ரிக் என்பவர் கூறுவது: “மிக உன்னதமான, சரியான புரிதல்கள் உரையாடல்களில் சாத்தியமாகலாம். ஆனால் அவை சரியான உடன்பாட்டிற்கு இட்டுச் செல்லவேண்டும் என்ற அவசியம் இல்லை” இந்தியச் சூழலில் அறிவார்ந்த உடன்பாடு என்பதைவிட அன்பு, ஒற்றுமை என்பவையே அறிவைவிட விவாதங்களை விட அதிகம் தேவைப்படும் அம்சங்களாகக் கொள்ளப்படுகின்றன. பெர்ட்ராண்ட் ரஸ்ஸல் ஒரு முறை கூறினார்: எல்லோருமே கூட ஒரே மாதிரியான கருத்தினைக் கொள்ளலாம். ஆனால் அப்படியும் கூட அந்த கருத்து தவறானதாக இருக்கலாம்.

ஆக, இன்றும் பல்வகை விமர்சனங்கள் வைக்கப்பட்டுக் கொண்டே இருக்கின்றன. அவற்றிற்கெல்லாம் தன்னுடைய பதில்களை அவ்வப்போது ஹேபர்மாஸ் கொடுத்து வருகிறார்.

பொது வெளி
(Public Sphere)

*தா*ன் முன் மொழிந்த தொடர்பு நெறிக் கோட்பாட்டை செயல்பாட்டில் கொண்டு வரும் முகமாக ஹேபர்மாஸ் 'பொது வெளி' என்ற விஷயத்தை முன்வைக்கிறார். பொதுவெளி என்பது ஜனநாயகக் கோட்பாட்டின் மீது அமைந்திருப்பது அவசியம் என வலியுறுத்தும் வேளையில் அதில் தனி நபர்கள் கூடி எந்தவித பலவந்தமுமின்றி வெளிப்படையாக விஷயங்களை விவாதிப்பார்கள் என்கிறார்.

பொதுக்களத்தில் நடைபெறும் விவாதங்கள் பகுத்தறிவு சார்ந்த விமர்சனத்தன்மை கொண்டதாக இருக்க வேண்டும் என்கிறார். குறிப்பாக அரசியல் பிரச்சினைகளை விவாதிக்கும் போது இது மிகவும் பலனளிக்கும் என்பது அவர் கருத்து.

பொதுக்களத்தில் ஒருவர்மீது ஒருவர் அடக்குமுறை செய்ய வழி இல்லை. இங்கு பலவந்தமற்ற உடன்பாடு (Unforced Agreement) சாத்தியப்படுகிறது. அதிகார அமைப்புகளால் கட்டப்பட்ட அமைப்பாக இது இருப்பதில்லை. இங்கு பகுத்தறிவு கொண்ட நேர்மையான வாதங்களால் மட்டுமே உடன்பாடுகள் எட்டப்படும். இவை தொடர்பின் சக்தியினை நிரூபிக்கும். இதன் பலம் சட்டரீதியான – பலமாற்றங்களைக் கொண்டு வருவது வரை சாத்தியப்படுத்தும் என்கிறார் ஹேபர்மாஸ். சிவில் சமூகம் என்பதே ஹேபர்மாஸின் பொதுக்களத்தின் அடிப்படை.

அரசு என்பது மக்களுக்கானதாக செயல்பட வைக்க சிவில் சமூகத்தின் செயல்பாடுகள் அவசியம் என வலியுறுத்துகிறார் ஹேபர்மாஸ். பொதுக்களத்தில் காரியவாத அறிவின் சுயநல விவாதங்கள் எடுபடாது. விமர்சனத் தன்மை கொண்ட விவாதங்களே வெற்றிபெறும். பொதுக்களங்களே சமூக விமர்சன அறிவை வளர்க்கும் பூமி ஆகும்.

பொதுக் களங்களில் ஜனநாயகத் தன்மை என்பது அவசியம். அதன் ஜனநாயக அரசியல் தன்மையை அதில் நிகழும் விவாதங்களின் தன்மையும், பங்கேற்பாளரின் எண்ணிக்கையும் தான் தீர்மானிக்க இயலும், பொதுவெளி பற்றி ஹேபர்மாஸ் குறிப்பிடும் கருத்துக்களைக் காண்போம்:

பொதுவெளி எனும் சொல்லின் மூலம் புரிந்து கொள்ள வேண்டிய விஷயம் என்னவென்றால் பொதுக் கருத்துக்கள் உருவாகும் வெளி என்பதாகும். இந்தப் பொதுவெளி தனிநபர்கள் கூடி உருவாக்குவதாகும். பொதுவெளி என்பதில் "அனைத்துக் குடிமக்களுக்கும்" கருத்து சொல்லும் உரிமை இருக்கும். தொழில் சார்ந்தோ அல்லது வணிக ரீதியாகவோ இதன் பங்கேற்பாளர்கள் பங்கேற்பதில்லை. சட்டபூர்வமான அரசு எந்திரம் சார்ந்த பேச்சாளர்களாக இவர்கள் கருத்துக்கள் சொல்வதில்லை." பொதுவெளியின் பங்கேற்பாளர்கள் சுதந்திரமானவர்கள். எவ்வித நெருக்கடிக்கும் உட்படுத்தப்படாமல் கருத்தை வெளிப்படுத்தும் உத்தரவாதம் கொண்டவர்கள், பொதுநலன் பற்றிய விசயங்களை விவாதிக்கும் வெளியாகப் பொதுவெளி அமைகிறது. சற்றுப் பெரிய அமைப்புகளில் இம்மாதிரியான கருத்துப் பரிமாற்றம் புரிய சரியான வழிகள் தேவை. இன்று செய்தித்தாள்கள், பத்திரிக்கைகள், வானொலி மற்றும் தொலைக்காட்சி போன்றவை பொதுவெளிகளின் ஊடகங்கள். பெரும்பாலும் நாம் இப்பொதுவெளிகளை இலக்கிய அமைப்புகளைப் போல் கருதுவதில்லை. இதில் அரசின் செயல்பாடுகள் மற்றும் அவற்றின் ஆளுகைக்கு உட்பட்ட விசயங்கள் பற்றி விவாதிக்கின்றோம். இப் பொதுவெளிகளை

இயக்கும் மற்றும் பராமரிக்கும் பொறுப்பு ஜனநாயக நாட்டில் அரசுக்கே முதன்மையானதாகும். இம்மாதிரி பொதுவெளிகளில் எற்படுத்தப்படும் பல கோரிக்கைகள் அரசின் செயற்பாட்டிற்கான வழிகாட்டுதலைக் கொடுத்து சனநாயகத்தைப் பலப்படுத்தும். பொதுக்கருத்து என்பது பெரும்பாலும் அரசின் கொள்கைகள் மற்றும் செயல்பாடுகள் பற்றிய விமர்சனங்களாக அமைகின்றன. இவை அரசின் மீதான ஒருவகைச் சமூகக் கட்டுப்பாடாக அமைகின்றன. பொதுவெளி என்பது அரசிற்கும், சமூகத்திற்குமான தொடர்பு அமைப்பாகச் செயல்படுகிறது. இதில் பொதுமக்கள் வெளிப்படுத்தும் கருத்துக்கள் அரசின் கொள்கைகள் மற்றும் செயல்பாடுகளை மறுபரிசீலனைக்கு உட்படுத்தும்.

பொதுவெளி, பொதுக்கருத்துக்கள் வெளிப்பாடு என்பன பதினெட்டாம் நூற்றாண்டில் தொடங்கின. அன்றைய வரலாற்றுச் சூழலில் அவை குறிப்பிட்ட அர்த்தத்தைப் பெறுகின்றன. இச்சமயத்தில்தான் தனிமனிதரின் அபிப்பிராயம் வேறு, பொதுவெளியின் கருத்து வேறு என்ற வேறுபாடுகள் தோன்றத் தொடங்கின எனலாம். தனிமனிதக் கருத்துக்களின் வெளிப்பாடுகள் வரலாற்றின் பல பக்கங்களில் கனமாக பதிந்துவிட்ட போதிலும், அவை பொதுவெளிகளில் விவாதிக்கப்பட்டு வெளியிடப்பட்ட பொது அபிப்ராயங்கள் அல்லது கருத்துப் பதிவுகளுக்கு இணையாகாது. பொதுவெளியின் பொதுக்கருத்துக்கள் என்பன விவாதிக்கப்பட்டு, அலசப்பட்டு, பகுத்தறிந்து வெளிப்படுத்தப்பட்டவை. தனி மனிதக் கருத்துக்கள் பெரும்பாலும் அப்படி இல்லை. உணர்வுகள் சார்ந்தவை. அரசின் அதிகார பிரயோகங்கள் பற்றிய பொதுவெளி விவாதங்கள் என்பன எப்போதும் நடப்பவை அல்ல. அவை முதலாளித்துவ சமூகத்தின் சில குறிப்பிட்ட காலத்தில் உருவாக்கப்படுகின்றன. பின் மெதுவாக முதலாளித்துவ அரசினால் சட்டபூர்வமான அமைப்பாக ஆக்கப்படுகின்றன. அவை பெரும்பாலும் குறிப்பிட்ட சில நலன்களைப் பற்றியே பேசுவதாக அமைவதும் இதற்கு முக்கியக் காரணம் ஆகும்.

பொதுவெளியின் வரலாறு

பன்னிரெண்டாம் நூற்றாண்டிலிருந்து பதினாறாம் நூற்றாண்டு வரையிலான மத்திய காலங்களில் பொது வெளிக்கும், தனிவெளிக்குமான வித்தியாசங்கள் காணப்பட்டதாகத் தெரியவில்லை. அக்காலங்களில் அரசின் அங்கீகாரம் பெற்ற கருத்துக்களே பொதுக்கருத்துக்களாகப் பொதுவெளியில் பிரகடனப்படுத்தப்பட்டன. 'பொதுமக்கள்' 'கருத்து சுதந்திரம்' என்பன அதிகமாக மதிக்கப்படாத அரசுமுறை கொண்ட காலம் அது. முதலாளித்துவ சமூகம் தோன்றுவதற்கு முற்பட்ட நிலப்பிரபுத்துவ அமைப்பில்கூட, பொதுமக்களின் நலன்பற்றி பிரதிநிதித்துவப்படுத்துவதாகச் சில நிலப்பிரபுக்கள் செயல்பட்டதுண்டு. ஆனால் அவர்கள் தங்களின் தனிப்பட்ட சிந்தனைகளைத்தான் வெளிப்படுத்தி வந்தார்கள். முதலாளித்துவ அரசமைப்பில் மக்கள் பிரதிநிதித்துவம் என்பதும் பொதுவெளியில் – பொதுக்கருத்துக்கள் என்பனவும் ஆட்சியாளரின் கட்டுப்பாட்டிற்குட்பட்டவையாகும். மக்கள் முன்னிலையில் தகவல்கள் வைக்கப்படும். சில செயல்பாடுகள் நடக்குமே தவிர அவை மக்களுக்கானவையாக இருக்காது.

நிலப்பிரபுத்துவகாலத்தில் (தேவாலயங்கள் – அரசர்) பொது வெளிகளில் பிரதிநிதிகள் அதிகார அமைப்புக்களால் ஈர்க்கப் பட்டனர். பொதுவெளிகளை அரசு தன்னுள்ளே இழுத்துக் கொண்டது. ஆனால் பதினெட்டாம் நூற்றாண்டின் இறுதியில் ஐரோப்பாவில் தனியார் அமைப்புகள் தனியாகவும் பொது வெளிகள் தனியாகவும் பிரிந்தன. தேவாலயங்களின் நிலைப்பாடு பண்பாட்டு மீட்டுருவாக்கத்தின்மீது அமைக்கப்பட்டது. இத் தருணத்தில் புனித அதிகாரத்துடன் தன்னை இணைத்துக் கொண்ட சமயம், தனிப்பட்ட விசயமானது. இப்படித் தனிப்பட்ட விசயமாகிப் போன வரலாற்றில் தனிநபர், சுதந்திரவெளி என்ற கருத்துக்கு முன்னோடியானது குறிப்பிடத்தக்கது.

பின்னர் அரசாங்கத்தின் பட்ஜெட்டில் பொதுச் செலவி னங்கள் தனியாகவும், ஆள்பவரின் இல்லச் செலவுகள்

தனிப்பட்ட செலவினங்களாகவும் பராமரிக்கப்பட்ட போது பொதுவெளி என்பது வெளிப்படையானது. முதலாளித்துவத்தின் கூறுகளான வணிகம், தொழில்கள் ஆகியன நகரங்களில் பல அமைப்புகளை உருவாக்கின. இவை முதலாளித்துவ சமூகத்தினை உறுதிப்படுத்தி யதுடன் அரசைத் தவிர்த்துத் தங்களின் சுதந்திரக் களத்தை விரிவாக்கின. தனிநபர் சுதந்திரம், வலுப்பெறத் தொடங்கியது. சமய சுதந்திரம் என்றழைக்கப்பட்ட சுதந்திரம் தனிப்பட்ட தன்னாட்சி என்ற கருத்தாக்கம் முதன் முதலில் உருவாக அடிகோலியது. தேவாலயங்களே பொது அமைப்புக்களாகவும் சட்ட அமைப்புக் களாகவும் செயல்படத் தொடங்கின. இதைத் தொடர்ந்து அரசர் அதிகாரத்தில் பிளவு ஏற்பட்டு பொது வரவு செலவு திட்டங்கள், அரச குடும்பத்தின் தனிப்பட்ட வரவு செலவுத் திட்டங்கள் என்பன உருவாகத் தொடங்கின. அரசவை அதிகாரத்திலிருந்து விடுபட்டு இராணுவம், நீதிமன்றங்கள், மற்றும் பல அரசமைப்புகள் மெதுவாகத் தங்கள் தன்னாட்சியை நிறுவத் தொடங்கின. நிலப் பிரபுத்துவ அமைப்புகளும் மாறத் தொடங்கின. நேர்மை, நியாயம் போன்ற கருத்தாக்கங்கள் பொது அதிகார அமைப்புகளையும், வணிக நிறுவனங்களையும், இன்ன பிற தொழில்களையும் சுதந்திரமானவையாக ஆக்கின. அரசு என்ற அமைப்பின் பிடியிலிருந்து விடுபட்டு தன்னாட்சியாகச் செயல்படும் சுதந்திர வெளிகள் ஆங்காங்கே உருவாகத் தொடங்கின.

பொதுமக்களின் பிரதிநிதிகள் கொண்ட பொது அமைப் புக்கள், பொது அதிகார அமைப்புக்களாயின. வணிக நிறுவனங்கள் கிளை பரப்பி உறுதிப்பட்டன.

பொருட்களும் தகவல்களும் பொதுவெளிகளில் பரிமாற்றம் செய்யப்பட்டன. பொது அதிகார வெளிகள் உறுதிப்படத் தொடங்கிய வேளையில், அதன் மீதான விமர்சனப் பார்வை கொண்டவர்கள் ஒதுக்கப்பட்ட, எந்த அதிகாரமும் அற்றவர்களாக ஆக்கப்பட்டார்கள்.

நீதிமன்றங்கள் அரசரின் அதிகாரத்திற்கு உட்பட்டவையாகச் செயல்படுவதைவிட்டுத் தனிப்பட்ட நீதிமன்றங்களாக, ஒருவகை பொதுவான சட்டதிட்டங்களுக்குட்பட்டுச் செயல்படுபவையாக மாற்றம் பெற்றன.

சமூகம் ஒருவகையில் அரசு என்ற நிறுவனத்திற்கு எதிரானதாக அமையத் தொடங்கியது. சந்தையின் வளர்ச்சி என்பது சமூகத்தைப் பொதுநலன்கள் பற்றிய அக்கறையைக் கொள்ள வைத்தது. மேலும் தனிப்பட்ட அதிகார அமைப்புகளைத் தாண்டிச் செயல்பட வைத்தது. முதலாளித்துவப் பொதுவெளி உருவானது. முதலாளித்துவப் பொதுவெளி என்பது தனிநபர்களால் உருவாக்கப்பட பொது அமைப்பு ஆகும். இவ்வமைப்புகளின் சார்பாகப் புத்திஜீவிகளின் பத்திரிகைகள் வெளிவரத் தொடங்கின. அவை முதலாளித்துவப் பொதுவெளிகளையும் விமர்சிப்பதாக இருந்தன. பொது அதிகார அமைப்புகளை அவை விமர்சனம் செய்தன. அவை நீதி-நியாயம் என்ற கண்ணோட்டத்தில் பொது விதிமுறைகள், தனியார் மயமாக்கப்பட்ட வணிகம், பண்டப் பரிமாற்றம், உழைப்பாளிகள் நிலை போன்றவை குறித்தும் விவாதிக்கத் தொடங்கின.

சுதந்திர வடிவிலான பொதுவெளி

பொது விவாதங்கள், பொதுக் கருத்துப் பரிமாற்றங்கள் வரலாறு காணாத அளவு நடைபெறத் தொடங்கின, இங்கிலாந்தில் மாறுதல்கள் ஏற்பட்டன, பாராளுமன்றம் அரசர்களின் அதிகாரத்தை மட்டுப்படுத்தின. அதிகார மையமாக இருந்த அரசர் பரம்பரையின் அதிகார வெளிகள் சுருக்கப்பட்டன. சந்தையின் வளர்ச்சி தனி நபர்களின் ஆதிக்கத்திற்கு வழிகாட்டியது. சொத்து, மற்றும் பொருளாதார அமைப்புகள் மீது இந்த தனிநபர்களுக்கு அதிகாரம் ஏற்பட்டது. தனிநபர் சொத்துரிமையும், வணிக சுதந்திரமும் அரசியல் இல்லாத ஒரு தனிப்பட்ட அதிகாரத்தை வழங்கத் தொடங்கின. முதலாளித்துவத் தனி முதலாளிகள் தோற்றம் பெற்றார்கள். இவர்கள் தனிநபர்கள்.

ஆனால் அவர்கள் ஆட்சி செய்யவில்லை. அதிகாரம் தனிப்பட்ட நபரிடம் குவிவதை அவர்கள் விரும்பவில்லை. மாறாக அதிகாரப் பகிர்வை அவர்கள் விரும்பினார்கள். தாங்கள் அரசு அதிகாரிகளால் கட்டுப்படுத்தப் படுவதை, கண்காணிக்கப்படுவதை அவர்கள் எதிர்த்தார்கள். இதை யொட்டிச் சட்டங்கள் நவீனமயமாக்கப்பட்டன.

முதலாவதாக, அவை சுதந்திரப் பொதுவெளியின் வடிவமாக அடிப்படை உரிமைகளை முன்னிறுத்தின. அவை தனிநபர் சுதந்திரத்தைப் பாதுகாக்கும் பணியை மேற்கொண்டன. பொதுவான அதிகாரங்கள் மீது கட்டுப்பாட்டை விதித்தன. தனி நபரின் பல்வகைச் சுதந்திரங்கள் உறுதி செய்யப்பட்டன. முதலாளித்துவச் சமூகத்தின் நலன் காக்கும் வகையில் அவை இருந்தன. வணிகத் தலங்கள் சுதந்திரமாகச் செயல்படச் சட்டம் தளர்த்தப்பட்டது. அரசியல் அதிகாரம், அறிவுபூர்வமான அதிகாரமாக மாறத் தொடங்கியது. பொது நலன் சார்ந்த அறிவு போற்றப்பட்டது. பொதுவெளிகள் பொதுநலன்கள் பற்றிப் பேசின.

இதே நேரத்தில் அரசியல் நாளேடுகள் முக்கியத்துவம் பெறத் தொடங்கின. பதினெட்டாம் நூற்றாண்டின் பிற்பகுதியில் இலக்கியப் பத்திரிகைகள் வேகம் பெறத் தொடங்கின. செய்திகளின் தொகுப்பாக வெளிவந்த நாளிதழ்களின் போக்கு மாறத் தொடங்கியது. கார்ல் புட்சர் என்பவர் இந்த வளர்ச்சியைக் கீழ்க் கண்டவாறு விவரிக்கின்றார். "வெறும் செய்திகளைச் சுமந்து வரும் வேலை யிலிருந்து விடுபட்டு, நாளிதழ்கள் பொதுக் கருத்துக்களை உருவாக்கும் ஊடகங்களாகவும், அரசியல் கட்சிகளின் ஆயுதங்க ளாகவும் மாறத் தொடங்கின. இம்மாற்றங்கள் செய்தி நாளிதழ் களின் வணிகத்தையே மாற்றி அமைத்தன. ஆசிரியர் குழு என்ற புதிய இனம் தோன்றத் தொடங்கியது. சமீபத்திய செய்திகளை முந்தித்தரும் வணிகர் என்ற நிலையிலிருந்து, பதிப்பாளர் பொதுக்கருத்துக்களின் வியாபாரியாக மாறினார்".

நாளேடுகள் பொதுவெளிகளின் சமூக நிறுவனங்களாக உருப்பெற்றன. பொதுவிவாதங்களை வீரியமான முறையில் நடத்துபவர்களாகவும், நடுநிலையாளர்களாகவும் பத்திரிகைகள் செயல்படத் தொடங்கின. ஆனால் அதுவரை நுகர்வோர் பண்பாட்டு ஊடகமாக அவை மாறவில்லை.

புரட்சி நடைபெற்ற காலங்களில் சிறிய அரசியல் குழுக்களின் பத்திரிகைகள் வெளியாகத் தொடங்கின. குறிப்பாக 1789-ல் பாரிசில் நிறையப் பத்திரிகைகள் வெளியாகின. 1848-ல் அரசியல் கட்சிகளைச் சேர்ந்தோர் நிறைய அரசியல் கிளப்புகளை உருவாக்கினர். 450 கிளப்புகளும், 200 பத்திரிகைகளும் அவ்வருடம் பிப்ரவரி முதல் மே மாதத்திற்குள் உருவாகின. அரசியல் ரீதியாகச் செயல்படும் அமைப்புகளை நிரந்தரமாக சட்டபூர்வமான அமைப்புகளாக மாற்றிய நாள்வரை இம்மாதிரியான அரசியல் பத்திரிகைகள் சுதந்திரப் போராட்டம் மற்றும் பொதுக்கருத்துகளுக்கான வெளிப்பாட்டுக் களமாக இயங்கின. முதலாளித்துவ அரசியல் சக்திகளைக் கொண்ட அரசு நிறுவப்பட்டபின்தான் அவை போராட்ட அழுத்தங்களிலிருந்து விடுபடத் தொடங்கின. சுதந்திரப் போராட்டத்திற்கான பொதுவெளியாக இயங்கிய பத்திரிகைகள் பின்னர், மெதுவாக வணிகம் குறித்த செய்திகளை வெளியிடத் தொடங்கின. இங்கிலாந்து, பிரான்சு, அமெரிக்கா ஆகிய நாடுகளில் தேசியப் போராட்டங்கள் பற்றிய அக்கறை என்பது மாறி 1930களில் வணிகம் குறித்த அக்கறை வெளிப்பட்டன. தனிநபர்களின் இலக்கிய இதழியல் வெளிப்பாடுகள் பின்னுக்குத் தள்ளப்பட்டு பொதுமக்களுக்கான வெகுசனஊடகங்களாகப் பத்திரிகைகள் மாறத் தொடங்கின. அதற்கு முக்கியக் காரணம் தனிநபர்கள் நலன் குறித்த ஆர்வமும், முதலீடுகளும் ஆகும்.

சமூகநல அரசில் பொதுவெளியின் நிலை

பொதுவெளிகள் சனநாயக அமைப்புகளாகக் காணப்பட்டன. ஏனெனில் பொதுவெளிகள் பகுத்தறிவு சார்ந்த விவாதத்திற்கான வெளியாக இருந்தன. விவாதங்கள் மீது

அமைக்கப்பட்ட கருத்துக்கள் முன்வைக்கப்பட்டன. சனநாயக பூர்வமான சிந்தனை செயல்பாடுகளுக்குப் பொதுக்களங்கள் வழிவகுத்தன. பொதுவெளியின் உரையாடல்கள் ஆதிக்கம் செலுத்தவில்லை. மாறாக, சரியான புரிதல்மீதான ஒப்புதலுக்கு வழிவகுத்தன. 18-ஆம் நூற்றாண்டின் பொதுவெளிகளின் விவாதங்கள் ஆரோக்கியமானவை, தர்க்கரீதியானவை, யார் பேசுகிறார்கள் என்பதைவிட என்ன பேசப்படுகிறது என்பதே முக்கியத்துவப்பட்டது.

மேல்தட்டு மக்களே இக்காலங்களில் பொதுவெளி உரையாடல்களில் அதிகமாக பங்கு பெற்றனர். அந்தச் சமயத்தில் முதலாளித்துவச் சமுதாயத்திற்குத் தேவையான புதிய சமூகமயம், விமர்சன அறிவு, பண்பாட்டு அம்சங்கள் போன்றவை உருவாகத் தொடங்கின எனலாம். முடி திருத்தகங்கள், தேநீர்க்கடைகள், சிறிய உணவகங்கள் போன்ற இடங்கள் பொதுவெளிகளாகச் செயல்பட்டன. இவையே சிவில் சமூகம் என்ற கருத்தாக்கத்தை வலுப்பெறச் செய்தன.

பொதுவெளிகள் என்பன அரசு அதிகாரத்திற்கு உட்பட்ட அரசின் கருவிகள் அல்ல. நாட்டின் குடிமக்கள் சுதந்திரமாக விவாதிக்கும், விளக்கும் இடமாக அவை இருந்தன. பிற்காலங்களில் இப்பொது வெளிகள் அரசின் செயல்பாடுகளை விளக்கும் – விவாதிக்கும் விமர்சனம் செய்யும் களங்களாக ஆகியுள்ளன. ஆனால் மறக்கக்கூடாது ஒன்றை அதாவது இலக்கிய விவாதங்களும், உரையாடல்களுமே பொதுவெளிகளை அரசியல் பேசும் இடங்களாக மாற்றின என்பதே ஆகும். பதினெட்டாம் நூற்றாண்டின் முற்பகுதியில் 3000 தேநீர்க்கடைகள் இலண்டனில் இருந்தன. ஒவ்வொரு கடைக்கும் குறிப்பிட்ட குழுவினர் வருவதும் பல செய்திகளை விவாதிப்பதும் வழக்கம். பிரான்சில் முடிதிருத்தகங்களும், தனி வீடுகளும் உரையாடல் வெளிகளாக செயல்பட்டன. இவையே முதலாளித்துவ அரசியல்வெளிகள் உருவாகக் காரணமாயின. ஜெர்மனியில் அரசியல் பற்றிய விமர்சன உரையாடல்கள் முதலாளிகளின் பல தனிப்பட்ட கூட்டங்களில் நடைபெற்றன.

இன்றும்கூட தாராளமான பொதுவெளிகள் (பத்திரிகைகள்) மக்களுக்கான தகவல்களை வெளிப்படையாகத் தருவதே நியதி என்று கூறிக்கொள்ளும் போதிலும், அவை அப்படிச் செயல்படுவதில்லை. தொழில் முன்னேற்றம் அடைந்த வெகுமக்கள் சனநாயகம் கொண்ட மக்கள் நல அரசுகளின் பல நெருக்கடிகள் பொது வெளிகளைக் கட்டுப்படுத்துகின்றன. பொதுவெளிகள் சில கருத்தியல்களின் அடிப்படையிலும் இயங்கின என்பதே உண்மை முதலாளிகளின் பிடிகளுக்கு அப்பால் இப் பொதுவெளிகள் விரிவடையத் தொடங்கின. முதலாளித்துவச் சமூக நிறுவனங்கள் உருவாக்கி வைத்திருந்த கட்டுப்பாடுகள் தளர்ந்து போயின, முரண்பாடுகள் பொதுவெளிகளில் தலைவிரிக்கத் தொடங்கின. முதலாளித்துவப் பொது வெளிகளாக அவை இருந்தபோதிலும், பொது மக்களின் நன்மை, நாட்டின் நன்மை, அரசியல் அதிகாரத்தின் அடக்கு முறை கள் பற்றி அவை அக்கறை கொண்டு விவாதித்தன. அதே சமயம் குறிப்பிட்ட குழுக்களின் நலன்களைப் பாதுகாக்கும் வேலைகளையும் சில அமைப்புகள் செய்தன. நலன்கள் பற்றிய முரண்பாடுகள் சில சமயங்களில் வன்முறையான மோதல்களாகவும் ஆகின. இப்பொதுவெளிகளின் விவாதங்கள் சில சமயங்களில் சட்டச் சீர்திருத்தங்களை உருவாக்கின. "வீதிகளின் (அமைப்புக்களின்) நெருக்கடியால் சட்டங்கள் மாறின." தனியார் நலன்கள் பற்றிய அரசியல் செயல்பாடுகள் பொதுவெளிகளில் கடுமையான விமர் சனத்திற்கு உள்ளாக்கப்பட்டன.

இதே நேரத்தில் தனியார் நலன்குறித்த அக்கறையாளர்களும் பொது வெளிகளில் வெளிப்படையாகத் தங்கள் நிலைப்பாடு களை விவாதித்தனர். அரசியல் விவாத அமைப்புகளும், பிற பொதுக்குழுக்களும், அரசு சார்ந்த அமைப்புகளும் விவாதம் செய்தாலும் இறுதியில் ஒருவகை உடன்பாட்டிற்கு அவை வந்தன என்பதும் குறிப்பிடத்தக்கதாகும். இதன் விளைவாக, சமூகச் சக்திகள் அரசியல் செயல்பாடுகளில் இறங்கின. இம்மாதிரியான செயல்பாடுகள் சோசலிசத்திற்கான செயல்பாடுகளாக இல்லை. மாறாகப் பொதுவெளியின்

அதிகாரத்தையும், அங்கீகாரத்தையும் பெறும்போது புதிய நிலப்பிரப்புத்துவத்தின் பிரதிநிதிகளாக விளங்கினார்கள். பெரும்பாலான பொது அமைப்புகள் அரசுடன் சமரசம் செய்து கொள்வதைத்தான் விரும்பினார்கள். வெளிப்படையான பேச்சுவார்த்தைகள், பரிவர்த்தனைகள் போன்ற பாவனைகளே இருந்தன. ஆனால் உண்மையில் அவர்கள் சமரசம் செய்தனர்.

சமூகத்தின் நலன்பற்றி அக்கறை கொண்ட அரசியல் பொது வெளிகள், ஒரு கட்டத்தில் தங்களுடைய கூர்மையான விமர்சனத் திறனைப் பலவீனப்படுத்திக் கொண்டன. முன்னர் பொது வெளிகள் என்பன பிரச்சினைகளைப் பொதுக்களத்தில் விவாதித்து, பொது நலன்கள் கொண்ட அரசின் செயல்பாடுகளை மட்டுமே அங்கீகரிப்பது வழக்கம். ஆனால் நாளடைவில் பொது விவாதம், உரையாடல்கள் என்பன பின்னுக்குத் தள்ளப்பட்டு, பலமான விளம்பரப்படுத்தப்படுதலுக்கும், பிரகடனங்களுக்கும் முக்கியத்துவம் அளிக்கும் தன்மை வந்துவிட்டது.

இச்சூழலில் இன்றைய தேவை என்பது தனிநபர்கள் கொண்ட பொது அமைப்புக்கள், இந்தத் தனிநபர்கள் வீரியமாக, வெளிப்படையாகத் தங்கள் கருத்துக்களை முன்வைக்க வேண்டும். இவர்களின் இணைப்பு அவசியம், இந்த விவாதங்களின் மூலம் வெளிப்படும் கருத்துக்கள் பொதுவெளிகளில் வெளிப்படுத்தப்பட வேண்டும். அரசியல் சமரசங்கள் என்பன வெளிப்படையாக விவாதிக்கப்பட்டு, விளக்கப்பட்டு நடக்க வேண்டும். அதுதான் சனநாயகச் செயல்பாடு, பொதுமக்களுக்கு உண்மையான செய்திகளை அரசு என்ற நிறுவனம் வழங்காது. மாறாகப் பொதுநலன்மீது மற்றும் சனநாயகத்தின்மீதும் அக்கறை கொண்ட பொதுவெளிதான். பணியைச் செய்ய முடியும்.

பொதுவெளிகள் சனநாயக நாட்டில் பலப்படுத்தப்பட வேண்டும். அவற்றின் அடிப்படை பகுத்தறிவு என்பதே ஆகு வெளிப்படையான விவாதங்கள், விமர்சனங்கள், ஆய்வுகள்

இவற்றைத் தொடர்ந்து அவை மேற்கொள்ள வேண்டும். சனநாய். அரசும் தாங்கள் செலுத்தும் அதிகாரத்திற்கு அறிவு பூர்வமான அங்கீகாரத்தை மக்களிடம் இருந்து பெறுவது மிக அவசியம் பொது அமைப்புகள் இப்பணியைச் செய்ய இயலும். பழமையான பொதுவெளிகளிலிருந்து இன்றைய வெகுசன ஜனநாயக நாட்டின் பொதுவெளிகள் மாறுபட்டுச் செயல்பட வேண்டியுள்ளன.

முற்காலங்களின் வெகுசன ஊடகங்களான வானொலி, தொலைக்காட்சி போன்றவை அரசியல் விமர்சனங்களை வெளிப் படுத்தவில்லை. ஆனால் அவை இன்று அதற்கான நல்ல களங்களாக மாறிவிட்டன. செயல்பாட்டாளர்களும், சிந்தனை யாளர்களும் இந்த ஊடகங்களைப் பயன்படுத்துவது இன்று மிகவும் அவசியம். மக்கள் தொடர்பு என்பதும் விமர்சனங்களையும், கருத்துக்களையும் எல்லோரும் அறியும் வகையில் கொண்டு சேர்த்தல் என்பதும் ஊடகங்களின் பணி என உணர வேண்டும். அல்லது உணர்த்த வேண்டும்.

புதிய பொதுவெளிகள் உருவாகின்றன. மேலும் உருவாகும். அவற்றை ஆரோக்கியமான சிந்தனைக்களங்களாக ஆக்குவது முற்போக்கு எண்ணங்கள் கொண்டோரின் பணியாகும். தொழில் நுட்ப வளர்ச்சியை சனநாயக வெளியைப் பரவலாக்குவதற் காகவும், உறுதிப்படுத்துவதற்காகவும் பயன்படுத்த வேண்டும்.

பொதுவெளிகள் முதலாளித்துவ பூர்ஷ்வா நலன்களுக்கான வெளிகளாக மாற்றப்படுவதைத் தடுக்க வேண்டும். அது கூர்மையான அறிவுசார்ந்த பொதுவிவாதங்கள் மூலம்தான் சாத்தியம். அறிவே ஆயுதம், பொதுவெளிகள் மக்கள் விடுதலைக் கான அறிவின் மூலம் உருவாக்கப்பட்டால் அரசும் அடிபணியும்.

விவாதங்களின் பலமே முக்கியப்படுத்தப்படுமே தவிர தனி நபர்களின் அடையாளங்கள் அல்ல என்கிறார். இம்மாதிரி விவாதங்கள் பூர்ஷ்வா சமூகத்துச் சலூன்கள், காபிக் கடைகள் போன்ற இடங்களில் உருவாகின. சிவில் சமூகத்தில் பொது மக்கள் என்ற சொல் மெதுவாக 'அரசு'

என்ற நிலைக்கு சுருக்கப்பட்டுவிட்டது. எதையெல்லாம் அரசு முன் மொழிகிறதோ, அதையெல்லாம் ' பொதுவானது' என்ற கருத்தாக்கத்தை அரசு பரப்புகிறது. உண்மையான பொதுக்களம் என்பது பின்னுக்குத் தள்ளப்பட்டு விட்டது. எனவே இந்நிலையில் சிவில் சமூகத்தின் தனிப்பட்ட நபர்கள் பொது நோக்கத்திற்காக இணைவது அவசியம். பொது அதிகார மையங்களை மாற்றி பொது விவாத அரங்குகளாக ஆக்கும் திறன் புத்தி ஜீவிகளுக்கு உள்ளது. அவர்கள் அதிக அளவில் ஆங்காங்கு விவாதங்கள் நடத்த வேண்டும் என்கிறார் ஹேபர்மாஸ்.

விமர்சனத் தன்மை கொண்ட அலசல்களுக்கான பொதுக் களங்களாக ஊடகங்கள் பணிபுரிகின்றன. (பிரிட்டிஷ்) ஆங்கிலேய வியாபாரிகள் காபியங்களில் சந்தித்து தங்களின் வர்த்தகம் பற்றியும், பிற செய்திகள் பற்றியும் பேசி வந்தார்கள். இலண்டனில் 3000–க்கும் மேற்பட்ட காபியகங்கள் 18–ம் நூற்றாண்டின் துவக்கத்தில் தோன்றின. இவற்றுக்கான வழக்கமாக வரும் நுகர்வோர்கள் இருந்தனர். சிறு வட்டங்களாக ஒரு காபி – அருந்தி பல விஷயங்களைப் பேசத் தொடங்கிய இவ்வமைப்புகள் அரசின் நிர்வாகம், அரசியல் போன்றவற்றைப் பற்றியும் பேசுவது, செய்தித்தாள் செய்திகள் குறித்துக் கருத்துப் பரிமாற்றம் செய்து கொள்வது என்பதாக மாறின. ஆயிரக்கணக்கான இம்மாதிரி குழுக்கள் இருந்தன என்பது முக்கியமான விஷயம் ஆகும். இதே போல் பிரான்ஸில் பொது நிறுவனங்கள், காபியங்கள், சலூன்கள் அரசியல் விமர்சனத்திற்கும் முக்கியப் பங்கு ஆற்றின. முதலில் தோன்றிய பூர்ஷ்வா தன்மை கொண்ட இலக்கிய வட்டங்களும் அரசியல் விமர்சனம் செய்யுமளவிற்கு மாறின. ஜெர்மனியில் மேஜை சமூகங்கள் என்றழைக்கப்பட்ட விவாத வட்டங்கள் பல சமூக, அரசியல் விஷயங்களை விவாதித்தன. இவற்றில் ஈடுபடாத பொதுமக்கள் என்பவர் வெகு சிலரே!

இதேபோல் நம்மூரிலும் – டீக்கடை பெஞ்ச் முதல் லயன்ஸ், ரோட்டரி வரை உள்ள விவாத வட்டங்களைச்

சொல்லலாம். டீக்கடை பெஞ்ச் என்பவை மக்கள் அரசியலை நேரடியாக சில சமயங்களில் மிகவும் ஒரு தலைப்பட்சமாக, கொச்சையாகக்கூட விவாதிக்கும். ஆனால் பூர்ஷ்வா வடிவ வட்டங்கள் மிகவும் தயக்கத்துடன் அரசியலை அசை போடும்.

பொதுக்களத்தின் கொள்கை என்பது சமூக ஒருங்கிணைப்பே ஆகும். இச்சமூக ஒருங்கிணைப்பினை பகுத்தறிவு சார்ந்த விமர்சன உரையாடல்கள் மூலம் கொணர்வதாகும். இந்நிலையில் தொடர்பு என்பது மக்கள் எதை ஏற்கெனவே யோசித்தோ அல்லது அறிந்தோ வைத்திருக்கின்றார்களோ, அதைப் பகிர்வது அல்ல. மாறாக விவாதங்கள் மூலமாக பகுத்தறிதல் மேலும் செழுமையடைதல் ஆகும். இவ்விவாதங்களில் இடம்பெறும் விமர்சனங்கள் ஜனநாயகத்தின் அடிப்படை அம்சமாகும். ஆனால் வளர்ச்சியடைந்த முதலாளித்துவ நாடுகளில் மிகவும் வலுவுள்ள பொதுக்களங்களைக் காண இயலவில்லை என்கிறார் ஹேபர்மாஸ். ஆனால் தொடர்பு அறம் கொண்ட பொதுக்களங்களில் நிகழ்த்தப்படும் தொடர்புச் செயல்கள் உறுதியாக ஜனநாயகத்தின் பொருளைக் கூட்டும் என்பது அவரின் நம்பிக்கை.

தொழில்நுட்ப புரட்சி என்பது பொதுக் களங்களை உருவாக்கும் வாய்ப்பை அதிகரித்துள்ளன. அதை ஜனநாயக செயல் வீரர்கள் பயன்படுத்திக் கொள்ள வேண்டும். அதன்மூலம் சமூக விமர்சனங்களை நிகழ்த்த வேண்டும். அதுவே பொதுகளத்தின் பலனை உருவாக்கும் என்கிறார் ஹேபர்மாஸ்.

ஹேபர்மாஸியமும் - மார்க்சியமும்

ஒரு வகையில் பார்த்தால் ஹேபர்மாஸ் தாராளவாதத்தின் சிறப்பு அம்சங்களையும், மார்க்சியத்தின் சிறப்பு அம்சங்களையும் இணைத்து புதிய சமூக விமர்சனக் கோட்பாட்டை உருவாக்கினார் எனக் கொள்ளலாம். மார்க்சியத்தின் பல கூறுகளை தங்கள் அடிப்படையாகக் கொண்டு பிராங்க்பர்ட் பள்ளியின் சிந்தனையாளர்கள் எழுதியபோதும், அவர்கள் நிறையவே விலகிச் சென்றனர் என்பதை மனதில் கொள்ளவேண்டும். மார்க்ஸியம் முக்கியத்துவம் தராமல் விட்டு விட்ட மனோதத்துவவியலுக்கு இவர்கள் முக்கியத்துவம் அளித்தனர். ஹேபர்மாஸும் நவீன மார்க்சியர் என அழைக்கப் பட்டாலும் அவர் மார்க்சியம் பற்றிய விமர்சனப் பார்வையைக் கொண்டிருந்தார். மேலும் அவர் முற்றிலும் வித்தியாசமான ஒரு கோட்பாட்டினைத்தான் முன் மொழிந்தார் என்பதை மறந்துவிடக் கூடாது.

சமூக அக்கறை, ஆதிக்க சக்திகளிடமிருந்து மக்கள் தம்மைத்தாமே விடுதலை செய்து கொள்ளுதல், வர்க்க முரண் பாடுகளைக் களைதல், மானுட விடுதலை போன்ற பல நோக்கங்களில் மார்க்சியத்துடன் உடன்பட்டாலும், தத்துவக் கோட்பாட்டிலும், செயல்முறை திட்டங்களிலும் அவர் முற்றிலும் மாறுபட்டார். மார்க்சிய கோட்பாடு ஒரு நிர்ணயவாத, புறவயத்தன்மை வாய்ந்த அறிவியலாகவும், – எதிர்காலம் பற்றிய மற்றும் பண்பாடு பற்றிய நம்பிக்கை வறட்சி கொண்ட விமர்சனமாக குறுகிவிட்டதாக கவலையுடன் விமர்சிக்கின்றார்.

மார்க்ஸ் உழைப்பு குறித்து அதிக மதிப்பளிக்கின்றார். மனிதனை மேம்பட வைத்தது, வைப்பது உழைப்பே எனும் மார்க்ஸ் இவ்வுழைப்பை மனிதன் சக மனிதர்களுடன் கூட்டாகவே செய்கிறான் என்கிறார். ஆனால் மனிதர்களுக்கிடையாயான தொடர்புச் செயலின், மொழியின் முக்கியத்துவத்தை உழைப்பின் அளவிற்கு வலியுறுத்திக் கூறவில்லை என்கிறார் ஹேபர்மாஸ். மேலும் மனிதர்களுடைய உறவுகளின் தன்மையில் தோழமை ஏற்படுத்தும் பரஸ்பர தொடர்புகள் பற்றியும் மார்க்ஸ் அதிகம் விவாதிக்கவில்லை என்பது ஹேபர்மாஸின் கருத்து. சமூக அமைப்பை மாற்றியமைப்பதில் மார்க்ஸ் உற்பத்தி முறைகளுக்கே முக்கியத்துவம் அளிக்கின்றார். பரஸ்பர உறவு குறித்து அக்கறை காட்டவில்லை. "பரஸ்பரத்தொடர்பு செயல்படும் விதம் வரலாற்றில் ஒவ்வொரு காலக் கட்டத்திலும் உற்பத்தி முறையில் ஏற்படும் மாற்றங்களுக்கு ஏற்ப மாறியமைவதில்லை. இவற்றுக்கென ஒரு சுயேச்சைத் தன்மை உண்டு. புதிய உற்பத்தி முறை நிலவும் சமுதாயத்திலும்கூட பழைய பரஸ்பர தொடர்புமுறைகள் நிலவும் சமுதாயத்திலும்கூட பழைய பரஸ்பர தொடர்புமுறைகள் நிலவக்கூடும். எனவே பரஸ்பரத் தொடர்பு முறையை மாற்றியமைப்பதற்குத் தான் முக்கியத்துவம் கொடுப்பதாக ஹேபர்மாஸ் கூறுகிறார். (பிராங்பர்ட் மார்க்சியம் – எஸ்.வி.ஆர். – வெ. கீதா).

மேலும் ஹேபர்மாஸ், மார்க்ஸ் சொன்னது போலன்றி முதலாளித்துவம் மிகவும் மாறிவிட்டது என்கின்றார். இன்றைய முதலாளித்துவம் வளர்ந்த முதலாளித்துவமாக உள்ளது என்கிறார். முதலாளித்துவ நாடுகளில் முதலாளி – தொழிலாளி என்ற வேறுபாடு கூர்மையடைந்து வர்க்க முரண்பாட்டினால் வர்க்கப்புரட்சி உண்டாகும் என்ற மார்க்சிய கருத்து எடுபடாத வகையில் இன்று அரசு பல துறைகளில் நேரடி முதலீடு செய்கிறது என்கிறார் ஹேபர்மாஸ். மார்க்ஸ் எதிர்பார்த்த 'நெருக்கடியை' (Crisis) அரசின் நேரடி முதலீடு தவிர்த்து விட்டது. தொழிலாளிகளுக்கும் இலாபத்தில் பங்கு என்பது போல ஒன்று கிடைக்கத் தொடங்கிவிட்டது.

மூலதனம்தான் எல்லாவற்றையும் நிர்ணயிக்கும் சக்தியாக மார்க்ஸ் கண்டார். ஆனால் இன்றைய நிலையில் மூலதனத்தைவிட பிற அரசியல் அம்சங்கள் தீர்மானிக்கும் விசயங்கள் ஆகிவிட்டன என்பது ஹேபர்மாஸின் கருத்து.

இன்றைய முதலாளித்துவ அமைப்பில் உற்பத்தி உறவுகள் என்பதும், பொருட்களின் பகிர்வு என்பதும் பகிரங்கமாக, வெளிப் படையாக நடைபெறுகின்றன. சமுதாயத்தின் உற்பத்தி முறைக்கும், நிலவும் சமூக உறவுகளுக்குமிடையே உள்ள உறவைப் புரிந்துணர, சமூகத்தில் மொழி செயல்படும் விதத்தை அறிவது இன்றியமையாதது என்கிறார் ஹேபர்மாஸ், மனிதனின் பண்பாட்டு – கலாச்சார வளர்ச்சிக்கு மொழியின் பங்களிப்பு இன்றியமையாதது. சமூக மதிப்பீடுகள் என்பவைகூட பொதுத்தன்மை பெற மொழியினையே சார்ந்து உள்ளன. எனவே மொழியின் மூலமாக ஏற்படுத்தப்படும் பரஸ்பரத்தொடர்பு முறையை மாற்றியமைப்பதின் அவசியத்தை ஹேபர்மாஸ் வலியுறுத்துகின்றார்.

வளர்ந்த முதலாளியத்தின் இன்றைய முக்கியப் பிரச்சினை மார்க்சியம் கூறுவதுபோல பொருளாதார நெருக்கடிகள் அல்ல. மாறாக நீதியை நிலைநாட்டும் அரசியல் நெருக்கடிகளாகும். ஒரு வகையில் ஹேபர்மாஸின் கருத்தியலை பின் மார்க்சியவாதம் என்றழைக்கலாம். சமூக உழைப்பு, உற்பத்தி என்பவை மார்க்ஸியத்தின் அடிப்படை. ஆனால் இவற்றுக்குப் பதிலாக ஹேபர்மாஸ் புதிய அம்சமாக தொடர்புச் செயல்' என்பதை முன் வைக்கின்றார். ஹேபர்மாஸ் மார்க்சியத்தை பிரதானமாக ஒரு விமர்சனக் கோட்பாடாக அதுவும் கருத்தியலை விமர்சிக்கும் கோட்பாடாகக் காணுகின்றார். மார்க்சியம் என்பது செயல்பாடுள்ள வரலாற்றுத்தத்துவம் என்பதில் அவர் முரண்படவில்லை. உள்ளவற்றை மாற்றுவதற்கான கோட்பாடு மார்க்சியம் என்றும், வரலாற்றுப் பொருள் முதல்வாதத்தினை 'வருங்கால சமூகப் புரட்சிக்கான தத்துவம்' எனவும் போற்றுகின்றார். எனினும் வரலாற்றுப் பொருள்

முதல்வாதக் கோட்பாட்டினை செயல்பாட்டுத் திட்டமாக மட்டுமின்றி இன்னும் வளமான கருத்தியலாக மறுகட்டமைப்பு செய்ய வேண்டிய அவசியத்தை விளக்குகின்றார்.

இதையொட்டி அவர் 1976–ல் 'வரலாற்றுப் பொருள் முதல் வாதத்தின் மறுகட்டமைப்பு' என்ற நூலை எழுதினார். இதில் வரலாற்றுப் பொருள் முதல்வாதத்தின் சில அடிப்படைகளைக் கேள்விக்குட்படுத்தினார். குறிப்பாக 'மொழியும், உழைப்பும் மனிதன் மற்றும் சமூகத்திற்கு முந்தையது' என்ற நிலைபாட்டை விசாரணை செய்கின்றார். வரலாற்றை மாற்றவல்லது உழைப்பு மற்றும் உற்பத்தி என்ற கூற்றைச் சற்று பின்னுக்குத் தள்ளி தொடர்புச் செயல் என்பதை இங்கு முன்னிறுத்துகிறார் ஹேபர்மாஸ்.

வர்க்கப் போராட்டம் என்பது இனி சாத்தியமா என்ற அடித்தளத்தை அசைக்கும் கேள்வியை ஹேபர்மாஸ் முன் வைக்கின்றார். தொழிலாளி வர்க்கத்தை ஒரு முரண்பாட்டின் எல்லைக்குச் செல்லவிடாமல் முதலாளியம் பார்த்துக் கொள்ளுகிறது. மேலும் இன்றைய உலகமயமாதல் சூழலில் அவர்களை மிகவும் சந்தோஷப்படுத்த முயல்கிறது. வர்க்க முரண்பாடுகள் புதையுண்டு போயின. இதனடிப்படையில் 'வர்க்கம்' அதுவும் தொழிலாளி வர்க்கம் என்ற சொல்லையே மறுகட்டமைப்பு செய்ய வேண்டியுள்ளதாக ஹேபர்மாஸ் கருதுகின்றார். சுரண்டும் முதலாளிக்கும், உழைக்கும் தொழிலாளிக்குமான முரண்பாடு குறைக்கப்பட்டுள்ளது. ஆனால் அரசிற்கும், அரசினால் கண்டு கொள்ளப்படாத வேலையற்றோர், சிறுபான்மை குழுக்கள், பெண்கள் ஆகியோருக்கும் இடைப்பட்ட முரண்பாடு கூர்மையடைகிறது. இவர்கள் மார்க்சிய அடிப்படையில் உழைக்கும் வர்க்கத்தினர் அல்லர். உழைப்பிற்கு வாய்ப்பற்ற, வாழ வசதிகளற்ற வர்கத்தினர். இவர்களால் ' வேலை நிறுத்தம்' என்ற ஆயுதத்தைப் பயன்படுத்த இயலாது. ஏனெனில் இவர்கள் பெரும்பாலும் வேலையில் இருப்பவர்கள் அல்லர். கூட்டுப்பேர வசதிகளற்றவர்கள். தமது கோரிக்கைகளை

அரசியல் பண்பாட்டுத் தளத்தில் மட்டுமே எழுப்பக்கூடிய அவர்களிடம்தான் விமர்சன அறிவு உருவாகும் வாய்ப்பு உள்ளது என ஹேபர்மாஸ் கருதுகின்றார். வளர்ந்த முதலாளித்துவ நாடுகளில் சமுதாயப் பிரச்சினைகள் தொழில்நுட்ப பிரச்சினைகளாகப் பார்க்கப்படுகின்றன.

“எடுத்துக்காட்டாக, உணவுப் பற்றாக்குறைப் பிரச்சினையைத் தீர்ப்பதற்காக இந்தியாவிலுள்ள ஆட்சியாளர்கள், நிலச் சீர்திருத்தத்தை முழுமையாக நடைமுறைப்படுத்தி, உழுபவர்களுக்கு நிலத்தை சொந்தமாக்குவதன் மூலம் உற்பத்தியைப் பெருக்குதல் என்பதற்குப் பதிலாக நவீன தொழில் நுட்பமான வீர்ய விதைகள், இரசாயன உரம், பூச்சிக் கொல்லி மருந்துகள் போன்றவற்றைப் பயன்படுத்தும் தொழில்நுட்பப் பிரச்சினையாகவே பார்ப்பது. (எஸ்.வி.ஆர். – 26. கீதா). மேலும் உபரி மதிப்பு – அல்லது இலாப விகிதம் என்பதில் தொழிலாளியின் உழைப்பு சுரண்டப்படுகின்றது என்ற மார்க்ஸிய விவாதம் தற்போதைய தொழில்நுட்பப் பயன்பாட்டால் மாற்றப்பட வேண்டியுள்ளது. ஏனெனில் இயந்திரங்களும், கணிணிகளும் உபரி மதிப்பின் உற்பத்தியில் பெரும்பங்கு வகிக்கத் தொடங்கிவிட்டன. தொழிலாளியின் உழைப்பைச் சுரண்டுதல் என்ற பேச்சுக்கே இடமின்றி போகும் நிலை ஏற்படுகின்றது.

இன்னொரு பிரச்சினையும் நவீனமாக்கப்பட்ட வளர்ந்த முதலாளித்துவத்தில் உருவாகிறது. அரசு ஒருபுறம் மக்களையும் மறுபுறம் முதலாளியக் குழுக்களையும் சமாளிக்க வேண்டியுள்ளது. இயன்றவரை பலதிட்டங்களை அறிவிக்கும் அரசு, ஒரு சமயத்தில் தன்னுடைய முதலாளித்துவ வர்க்க சார்பை வெளிப்படுத்தும். இதனால் எதிர்ப்பாளர்கள் சிலரை நண்பர்களாக்கும். சிலரை ஒடுக்கும். சமூக – பண்பாட்டுத் தளத்தை, பொருளாதார தளத்திலிருந்து பிரித்து விடுவதன்மூலம் சமூக – பண்பாட்டுத் தளங்களிலிருந்து எழுப்பப்பட்ட விமர்சனங்களைச் செயலற்றதாக்கிவிடும்.

‘சுரண்டல், அந்நியமாதல், உபரிமதிப்பு’ – போன்ற மார்க்ஸிய கோட்பாடுகளுக்கு இனி பழைய அர்த்தம் இல்லை என்பது இவர் கருத்து, மாறாக அந்நியமாதல் என்பது இன்று சலுகை பெறுபவர்கள், சலுகை மறுக்கப்படுபவர்கள் என்ற வகையில் பொருள்படுவதாக ஹேபர்மாஸ் விளக்குகிறார்.

தொழிலாளிகளே மானுட விடுதலையைக் கொண்டு வருவார்கள் என மார்க்ஸ் தொழிலாளர்கள் சக்தியை பிரதானப்படுத்தினார். இதற்கு மாறாக ஹேபர்மாஸ் பேச்சு, மற்றும் தொடர்புச் செயல்பாடுகளின் மூலம் இணையும் பல்வேறு சமூகத் தளங்களைச் சேர்ந்தவர்களே இதைச் செய்ய இயலும் என்கிறார். தொழிலாளர் புரட்சியின் மூலம் வர்க்க சமுதாயத்தை வர்க்கமற்ற சமுதாயமாக மாற்றுவது மார்க்ஸின் கனவு. ஆனால் ஹேபர்மாஸ் படிப்படியான சமூக மாறுதலே இனிவரும் காலங்களில் சாத்தியமாகும் என்கிறார். பலகட்சிகளின் கூட்டாட்சி, அரசு பிரிவுகள், சந்தை போன்றவை மார்க்சிய கோட்பாட்டின்படி ஒழிக்கப்பட வேண்டியவையாகும். ஆனால் இவைகளின் தேவையைத் தவிர்க்க இயலாது. ஆனால் இவற்றின் குறைகளைச் சரிசெய்ய முடியும் என கருதுகின்றார். புதிய மனிதர்களை உருவாக்குவது பற்றி மார்க்ஸ் பேசும் வேளையில், உள்ள மனிதர்களைச் செழுமைப்படுத்துவது பற்றி ஹேபர்மாஸ் பேசுகிறார்.

இருவருமே மனிதர்களின் நல்ல பண்புகளைப் போற்றுகின்றனர். இருவருமே முதலாளித்துவத்தை எதிர்க்கின்றனர். முதலாளித்துவமற்ற சமூக அமைப்பை , சமூக வளர்ச்சியை உருவாக்க கம்யூனிஸக் கோட்பாட்டை மார்க்ஸ் முன்னிறுத்துகின்றார். ஹேபர்மாஸ் பரஸ்பர தொடர்பின் மூலமும், தொடர்புச் செயல்பாட்டின் மூலமும் அதைச் சாதிக்க முடியும் என்கிறார். ஹேபர்மாஸ் முன்வைக்கும் மாற்று, மார்க்சியத்தை விட்டு விலகிய ஒன்றே ஆகும். அரசின் செயல்பாடு மற்றும் ஜனநாயக சமூக மாற்றங்களின் பரிணாம மாறுதல்கள் ஹேபர்மாஸால் விளக்கப்பட்டன.

ஜனநாயகத்தில் பல்வேறுவகை மாறுதல்களும், வளர்ச்சியும் ஏற்பட்டு வருவதை ஹேபர்மாஸ் சுட்டிக் காட்டுகின்றார். சமூக பிரச்சினைகளின் போதும், சமூக ஒருங்கிணைப்பின் போதும் பல வகையில் பாலமாகப் பிணைக்கும் காரணியாக இயங்குவது தொடர்புச் செயல்பாடுகளே என்னும் இவர் சந்தை அரசு என்ற வகையறாக்களைப் புறந்தள்ளும் புதிய இயங்கு சக்தியாக தொடர்புச் செயலை காண்கின்றார்.

புதிய சமூக இயக்கங்களுக்கும், மனித நேயம் கொண்ட அறிவியல் புத்தொளி அறிவிற்கும், புதிய மானுட நலன்பேசும் சமூகவியலுக்கும் அடிப்படைத் தேவை தொடர்புச் செயல்பாடுதான் என்று கூறும் ஹேபர்மாஸின் கோட்பாட்டை சமூக ஜனநாயக சோஷியலிஸம் (Social Democratic) என்றழைக்கத் தொடங்கிவிட்டனர்.

ஹேபர்மாஸின் தொடர்புச் செயல் கோட்பாடு நவீனம், பின் நவீனத்துவத்தின் சமூக மாறுதல்களை எதிர் கொள்ளும் திறன் கொண்டதாக உள்ளது. இன்றைய வெகுஜன ஊடகங்களின் மாயப்பிடியினையும், உலக மயமாதலின் பாய்ச்சலையும் எதிர் கொள்ளும் சக்தியினையும் நவீன உலகத்திற்கு பகுத்தறிவு கொண்ட உரையாடலை உள்ளடக்கிய தொடர்புச் செயல்பாடே வழங்கும் என்கிறார் ஹேபர்மாஸ்.

மார்க்ஸைப் பொறுத்தவரை உற்பத்தி சாதனங்களை, முறைகளை சமூகமயமாக்காமல் விடுதலை சாத்தியமில்லை என்பதாகும். பூர்ஷ்வா வர்க்கத்தை ஒழித்துக்கட்டாமல் இது சாத்தியமில்லை என்பது இவர் கருத்து. இதற்குத் தேவை வன்முறை அடங்கிய புரட்சியே ஆகும். ஆனால் ஹேபர்மாஸ் வன்முறையற்ற பொதுக்களச் செயல்பாட்டின் மூலம் சமூக நலனை, ஒழுங்கை நிலைநிறுத்த முடியும், பாதுகாக்க முடியும் என்கிறார்.

உலகமயமாதல் - பயங்கரவாதம் - தொடர்புச் செயல் கோட்பாடு

உலகமயமாதல் என்பது தேசிய அரசுகளின் அதிகார வரம்புகளைப் பாதிக்கும் என்பதைவிட தேசிய அரசின் அஸ்திவாரங்களான பண்பாடு மற்றும் அரசியல் ஒற்றுமையைச் சீர்குலைக்கும் என்பதையே முக்கிய விஷயமாக ஹேபர்மாஸ் கருதுகிறார். உலகமயமாதல் அரசின் உள்நாட்டு சமப்பகிர்வு கொள்கைகளையும், கூட்டு அடையாளங்களையும், எல்லைப் பாதுகாப்பையும் மற்றும் அரசியல் மாண்பையும் சவால்விட்டு எதிர்க்கிறது. அந்நிய முதலீடு, அரசுக்கான லாபத்தையும் மற்றும் பொருளாதார மேம்பாட்டையும் பாதிக்கும் எனும் ஹேபர்மாஸ் வியாபாரப் போட்டிகளினால் அரசால் வரிவிதிப்பும்கூட எளிதற்ற செயலாகிவிடும் என்கிறார். மேலும் உயர் தொழில்நுட்ப வரவினால் சூழல் பாதிக்கப்படும். (உ.ம். செர்னோபில்). அரசுக்கு அப்பாற்பட்ட அந்நிய சக்திகள் தீர்மானிக்கும் முடிவுகளினால் உள்நாட்டு மக்கள் பாதிக்கப்படுகின்றனர். முடிவுகளின் விளைவுகளுக்கு எந்தவிதப் பொறுப்பும் ஏற்காத அந்நியர்களின் தலையீடு ஜனநாயகத்தைக் கேள்விக்குள்ளாக்கும். மேலும், உலகமயமாதல் என்ற நிகழ்வு மக்கள் தங்களின் கூட்டான அடையாளங்களைப் புரிந்து கொள்ள இயலாதவர்கள் என்ற தவறான கணிப்பைக் கொள்கிறது. கூட்டு அடையாளம் என்பது சமூக ஒற்றுமையின் வடிவங்கள் மற்றும் பண்பாட்டுப் புரிதல்கள் என்பவையாகும்.

சமூகத்தைப் பொருளாதார திட்டங்களினால் உடைத்து நாடு விட்டு நாடு செல்ல மக்களை நெருக்கும் உலகமயமாதல் அவர்கள் மீது அமெரிக்கா ஐரோப்பா விலிருந்து ஏற்றுமதி செய்யப்படும் உலகளாவிய நுகர்விய மனோபாவத்தையும் வெகுஜன கலாச்சாரத்தையும் திணிக்கிறது என்கிறார் ஹேபர்மாஸ்.

ஒரே மாதிரியான நுகர்வுப் பொருட்கள், நாகரீக பாணிகள், அதே திரைப்படங்கள், தொலைக்காட்சி நிகழ்ச்சிகள், அதிக அளவில் விற்பனையாகும் புத்தகங்கள் மற்றும் இசை, ஜீன்ஸ் பாண்ட்கள், ஒரே மாதிரியான மொழி, முறுக்கேறும் 'டெக்னோ' இசை என்று மனிதர்களை ஒற்றைப் பரிணாமமமாக்குவதே உலகமயமாதலின் கொடுமையான பணி என்கிறார் ஹேபர்மாஸ், பண்பாடு பொருளாக விற்கப்படும் அவலத்தைச் சுட்டிக் காட்டும் ஹேபர்மாஸ் சமூகங்களின் மரபு சார்ந்த அடையாளங்களும் ஜனநாயக பூர்வமான ஒற்றுமையும் மெதுவாக மறைந்து விடுமோ என்று அச்சப்படுகிறார். சமூக மாற்றங்களை நிகழ்த்தவல்ல ஜனநாயக அரசியல், சந்தைப் பொருளாதார சக்திகளுக்கு அடி பணிந்து தன் சுய தன்மையை இழந்து விடுமோ என ஹேபர்மாஸ் அச்சப்படுகிறார்.

சமூக ஒற்றுமை என்பது உலகமயமாதலினால் தோற்று விக்கப்படும் பன்மைச் சமுதாயங்களால் தகர்ந்து வருகிறது என்கிறார். உலகமயமாதலின் ஆவி அரசியல் சக்திகளின் ஊடான மானுட விடுதலை என்ற மாபெரும் நம்பிக்கையை சிதைக்கின்றது என்கிறார். மேலும் இது லட்சக்கணக்கான எளியவர்களை ஓரம் கட்டுகிறது. உலக மக்களின் ஒரு பகுதியினர்மட்டும் வளமாக வாழ வழிவகுக்கிறது. மிகவும் சிரமப்படும் வளர்ந்து வரும் நாடுகளை பன்னாட்டு கம்பெனிகள் சுரண்டுவதை இவர் கடுமையாக விமர்சிக்கிறார். குறிப்பாக உழைப்பு உறிஞ்சப்படுகிறது. இயற்கை வளம் சுரண்டப்படுகிறது என்கிறார். அரசு என்பதின் கட்டுப்பாடு தளர்ந்து, தகர்ந்து போய் அது பார்வையாளனாக மாறி வருவதையும் விளக்குகிறார்.

கம்ப்யூட்டர் தகவல் வலைப் பின்னல்கள் மூலம் தகவல்களும் பிற தொடர்புகளும் கட்டுக்கடங்காமல் அவிழ்த்துவிடப் பட்டுள்ளன. இவை புதிய கலாச்சாரத்தைப் பரப்பி வரும் வேளையில், இதை எதிர்த்து தங்கள் மதம், தங்கள் கலாச்சாரம் என்று மரபுக்குள் புகுந்து கொண்டு சிலர் அடிப்படைவாதம் செய்வது நடைபெறத் தொடங்கியுள்ளது. இதன் விளைவாக உலகமயமாதலை எதிர்ப்பதாக தேசிய வெறியும், மரபுக்குத் திரும்புவோம் என்ற இன வெறியும், மதங்களைக் காப்போம் என்ற மதவெறியும் மறுபுறம் பலப்பட்டு வருவதை இவர் சுட்டிக் காட்டுகிறார். இவற்றின் விளைவாக அயல்நாட்டு முடிவுகள் சில நாடுகளை பாதிக்கப்பட்டு தீவிரவாதமும், போரும் அங்கீகரிக்கப்பட்டு பேணப்படுகின்றன. சூழல் வளங்கள் அபரிமிதமாக வேட்டையாடப்படுகின்றன. அநீதியும், சமத்துவ மின்மையும் இதனால் வளர்கின்றன.

இச்சூழலில் கோஷமிடுவதை மட்டும் பணியாகக் கொள்ளாமல் வலுவான அரசியல் விவாதங்களை மிகவும் நேர்மையுடனும் ஈடுபாட்டுடனும் உலகின் பல அரங்குகளில் நிகழ்த்த வேண்டியுள்ளது. உலகமயமாதலுக்கு சட்ட ரீதியான கடிவாளம் போடும் பொறுப்பை நாம் இன்றைய நிலையில் உணர வேண்டும். அரசு உட்பட பல்வகை வெளிநாட்டு நிறுவனங்களையும் உள்ளடக்கிய களங்கள் ஏற்படுத்தப்பட்டு விவாதங்கள், மட்டும் கட்டுப்பாடுகள் கொண்ட விதிகள் ஏற்படுத்தப்பட வேண்டும்.

மனித உரிமைகளை அஸ்திவாரமாகக் கொண்டும் சட்டம் மற்றும் அரசியல்கள் அமைய வேண்டும். இதை நிகழ்த்த வேண்டு மானால் அரசியலுக்குத் திரும்ப வேண்டும்.

உலகமயமாதல் மரபுகளின் வேர்களை பிடுங்கி எறிகிறது. உலகமயமாதல் உலகினை வெற்றியடைந்த நபர்கள், இலாப மடைந்தவர்கள், தோற்றவர்கள் என்று மட்டுமே பாகுபடுத்துகிறது. மேலும் மதச்சார்பின்மை என்ற மேற்கத்திய கொள்கை, சமய நம்பிக்கை கொண்ட பல கீழை நாடுகளை,

குறிப்பாக அரபு நாடுகளை அதிர வைக்கின்றது. எனவே தங்கள் மீது திணிக்கப்படும் சமய நம்பிக்கைகளுக்கு எதிரான கொள்கைகளுக்கு எதிராக அவர்கள் அணி திரள வேண்டி வருகிறது. அது தீவிரவாதமாகவும் உருவெடுக்கின்றது என்று ஹேபர்மாஸ் கருதுகிறார். இங்கும் ஹேபர்மாஸ் தனது தொடர்புக் கோட்பாட்டின் மூலம் பிரச்சினையை விளக்க முற்படுகிறார். சிதைக்கப்பட்ட தொடர்பு, சிதைக்கப்பட்ட கருத்துக்கள், செய்திகள் முதலாளித்துவ சமூகத்தின் வெளிப்பாடாகவே அமைவது தீவிரவாத வளர்ச்சிக்குக் காரணம் என்கிறார்.

இது நவீனத்துவத்தின் குறைபாடாக இருக்கலாம். ஆனால் இதற்காக நவீனத்துவத்தையே ஒதுக்குவது சரியல்ல. அதன் குறைகளைச் சரி செய்ய முடியும் என ஹேபர்மாஸ் நம்புகிறார். ஆனால் உலகமயமாதல் பயங்கரவாத வளர்ச்சிக்கு அதிக உரம் சேர்க்கின்றது என்பது இவரின் அசைக்க முடியாத கருத்து. குறிப்பாக இரண்டு விஷயங்கள் காரணங்களாகும்.

1. கலாச்சாரத் தளத்தில் வளர்முகநாடுகளின், அரபு நாடுகளின் மக்களைப் பலவீனப்படுத்துவது, அவர்களின் அடையாளங்களை அழிப்பது – மரபுகளைத் தளரச் செய்வது போன்றவையாகும்.

2. பொருளாதார தளத்தில் ஒரு குறிப்பிட்ட பிரிவினரை மட்டும் உயர்த்துவதன் மூலம் ஏற்றத்தாழ்வை அதிகரிப்பது என்பவையாகும்.

அமெரிக்கா அரசியல், பொருளாதார, இராணுவ மேலாதிக்கத்தை அரபு உலகில் நிலை நிறுத்த முயலும்போது, அது அம்மக்களின் சுய நம்பிக்கைக்கு அவமதிப்பாக அமைகிறது. இந்நிலையும் தீவிரவாதம் பலப்பட ஒரு முக்கிய காரணமாகிறது. அது உலகளாவிய பயங்கரவாதத்தை நீட்சியடையவும் செய்கிறது.

உலகளாவிய பயங்கரவாதம் யதார்த்தமான ஒரு அரசியல் இலக்கைக் கொள்ளாமல் இருக்குமானால் அதை வழக்கமான

குற்றச் செயலாக எடுத்துக் கொள்ள வேண்டியதாகும் என்கிறார் ஹேபர்மாஸ். அது சட்டப்புறம்பான வன்முறை செயலாகும். வன்முறை என்றால் என்ன? ஏன் வன்முறை ஏற்படுகிறது? அதை நிறுத்த ஏதேனும் வழி உண்டா? என்ற கேள்விகள் இங்கு எழுவது யதார்த்தம். ஆனால் எல்லா சமூகமும் தன்னகத்தே வன்முறையைக் கொண்டுள்ளது என்கிறார் ஹேபர்மாஸ். வசதியாக வளமாக வாழும் மேற்கத்திய நாடுகளிலேயேக்கூட சமூக ஏற்றத்தாழ்வு, ஓரம் கட்டுதல், ஓட்டாண்டியாக்குதல் போன்ற சமூக வன்முறைகள் காணப்படுவதை ஹேபர்மாஸ் சுட்டிக் காட்டுகிறார்.

பொதுவாக ஜனநாயக சமூகங்களில் அதிக அளவில் வன்முறை வெடிக்காமல் இருப்பதின் காரணம் இச்சமூகத்தில் இடம்பெறும் தொடர்புச் செயல்பாடுகளே ஆகும் என்கிறார் ஹேபர்மாஸ். தினசரி வாழ்வில் ஒவ்வொருவரும் ஒரு பொதுவான புரிதலின் அடிப்படையில் தான் வாழ்க்கையை நடத்துகின்றோம். கலாச்சார, சமூக விதிகளை ஏற்று இங்கு தொடர்புச் செயல் நிகழ்கிறது. எனவே ஒரு வகையான ஒப்பந்தத்தின் அடிப்படையில் சமூகச் செயல்பாடுகளும், தொடர்புகளும் நிகழ்கின்றன. ஆனால் எப்போது இந்தப் பொதுவான புரிதல் அல்லது உடன்பாடு உடைகிறதோ அப்போது அங்கு பிரச்சினை ஏற்படுகிறது. தொடர்பு சிதைக்கப்படுகிறது. சிதைக்கப்பட்ட தொடர்பு மேலும் பிளவை ஏற்படுத்தி, அதைப் பயங்கரவாதம் என்ற அளவிற்குக் கொண்டு செல்லுகிறது என்கிறார் ஹேபர்மாஸ்.

இம்மாதிரி தொடர்புகள் சிதைக்கப்படும்போதும் பாதிக்கப்படும் போதும் அதன் நீட்சியாக' பயங்கரவாதம் ஏற்படும் என்றும் அதேவேளையில் மேற்கத்திய நாடுகளில் தனிநபர்கள் இம்மாதிரி பாதிப்புகளுக்கு உள்ளாகும் போது அதிலிருந்து மீளும் வகையில் மனோதத்துவ சிகிச்சை முறைகள் பரவலாக உள்ளன. இங்கு உளவியல் சிகிச்சை முறை என்பது ஒரு வகை ஆரோக்கியத் தொடர்புச் செயல்பாடாகக் குறிக்கப்படுகிறது). இருவருக்கு இடையே

ஏற்படும் பிரச்சினையைத் தீர்க்க சட்டரீதியான அமைப்புக்கள் செயல் படுகின்றன. ஆனால், பரந்த தளத்தில் உலகமயமாதல் இம்மாதிரி நிலைகளில் தொடர்பு வன்முறை (Communicative Violence) – ஐ உட்புகுத்துகிறது என்கிறார் ஹேபர்மாஸ.

உலகமயமாதல் அதன் தேவைக்கான தொடர்புச் செயலை மிகவும் தீவிரப்படுத்துவதின் மூலம் வெற்றியாளர்கள் மற்றும் தோல்வியடைபவர்கள் என மக்களை, சமுதாயத்தைப் பிரிக்கின்றது. எல்லாமே 'ஓட்டப்பந்தயமாக மாற்றப்பட்டகளம்' திறன் இருப்பவன் மட்டுமே வெற்றிபெற முடியும் என்ற நிர்பந்தம். பரஸ்பரத் தொடர்புகள், நட்பு, பந்தம் எல்லாம் இப்போட்டிகளின் காரணமாக தகர்க்கப்படும் நிலை. இச்சூழலில் இவற்றையெல்லாம் மீட்டெடுத்து ஒரு பரஸ்பர நம்பிக்கையுடனான தொடர்பை உருவாக்குவது அவசியம். அதை வளர்ந்த நாடுகள்தான் செய்ய வேண்டும். தொடர்புகள் ஆரோக்யமற்றதாக, ஜனநாயக பூர்வமற்றதாக நிலவுவதற்கு எல்லையற்ற பூதாகர முதலாளியம்தான் காரணமாகும் என்கிறார் ஹேபர்மாஸ்.

இன்றையப் புனிதப் போராளிகளில் பலர் நேற்றைய மதச் சார்பின்மையாளர்கள். இரான், ஈராக், பாகிஸ்தான், சௌதி அரேபியா போன்ற – நாடுகளில் மதம் என்பது அகவய ரீதியாக மிகவும் ஏற்றுக்கொள்ளப்பட்ட அரசியல் தளமாக ஆகிவிட்டது. இங்கு மதச்சார்பின்மையாளர்கள் கொண்ட அரசியலின் தேவை ஏற்பட வாய்ப்பே இல்லை என்று கணிக்கிறார் ஹேபர்மாஸ்.

பயங்கரவாதம் என்பது சரியாக அடையக்கூடிய அரசியல் இலக்குகளைக் கொள்ளாததாக இருக்குமானால் அது வெறும் குற்றச் செயலாக மட்டுமே இருக்கும். எனவே இதன் வெற்றித்தன்மை என்பது எதிர்காலத்தில் அதன் இலக்குகள் அடையப்படுகிறதா என்பதைப் பொறுத்துத்தான் அமையும். பயங்கரவாதத்தை மூன்று வகையாகப் பிரிக்கலாம் என்கிறார் ஹேபர்மாஸ்.

(1) வேறுபாடுகளற்ற கொரில்லா யுத்தம்.

(2) இணை இராணுவ கொரில்லா யுத்தம்.

(3) உலகளாவிய பயங்கரவாதச் செயல்.

முதல்வகை பாலஸ்தீன கொரில்லா யுத்தத்தினைக் குறிக்கும். இதில் கொலை என்பது தற்கொலைப் படையினரால் நிகழ்த்தப்படும். இரண்டாம் வகையான இணை இராணுவ (para military) கொரில்லா யுத்தத்தில் நோக்கம் என்பது தேசிய விடுதலையாக இருக்கின்றது. எனவே விடுதலை அடைந்த ஒரு அரசை ஸ்தாபிப்பது அதன் நோக்கமாகும். மூன்றாவது வகை உலகளாவிய பயங்கரவாதத் தாக்குதல் என்பது அரசியல் ரீதியாக சரியான இலக்குகளைக் கொண்டிருப்பதில்லை. மாறாக அவ்வப்போது இன்றைய நவீன சமூகங்களின் பல்வேறு அம்சங்களை உள்கொண்ட அமைப்புகளின் பலவீனத்தில் தாக்குதல் நடத்துவது மட்டுமே இலக்காக அமைகிறது. இம்மாதிரி தாக்குதல்கள் பெரிய அளவில் அரசியல் இலட்சியங்களை நோக்கி இவர்களை நகர்த்தாது. மாறாக இதைச் சார்ந்த மக்களுக்கும், நாடுகளுக்கும் பெரும் பாதிப்பை உண்டாக்கும். இந்த விளக்கத்தின் அடிப்படையில் செப்டம்பர் பதினொன்று சம்பவத்தை விளங்கிக் கொள்ளலாம்.

உலகளாவிய பயங்கரவாதம், தனக்கான இரகசியத் தொடர்புகளை உலக அளவில் கொண்டிருக்கும். உலகின் எந்தப் பகுதியிலும் தன் தாக்குதலை நிகழ்த்தும். ஆனால் பிற இரண்டுவகை தீவிரவாத அமைப்புக்கள் ஒரு குறிப்பிட்ட எல்லைக்குள்ளாக மட்டுமே, தேசீய விடுதலை என்ற நோக்கத்தை மட்டுமே குறிக்கோளாகக் கொண்டு செயல்படும் என்கிறார் ஹேபர்மாஸ். உலகளாவிய பயங்கர வாதப்போக்கு தன்னகத்தே சரியான அரசியல் இலக்கினைக் கொள்ளாமல் இருப்பினும், அந்தந்த அரசின் அதிகாரங்களைச் சீர்குலைக்கும்.

இந்தச் சூழலில் மேற்கத்தியக் கலாச்சாரம் தன்னை சுயவிமர்சனத்திற்குட்படுத்திக் கொள்வது அவசியம்

என்கிறார் ஹேபர்மாஸ். ஏனெனில் மேற்கத்திய தாராளவாதம் உண்டாக்கிய நுகர்வியம் பயங்கரவாதத்தை வளர்க்கும் அடிப்படை வாதத்தை கட்டுப்படுத்த முடிவதில்லை. அடிப்படை வாதம் பயங்கரவாதத்துடன் கை கோர்த்துப் போவதின் காரணம் சிதைக்கப்பட்ட தொடர்புகள்தான் என்கிறார் ஹேபர்மாஸ். சிதைக்கப்பட்ட தொடர்புகள் நம்பிக்கையின்மையைத் தோற்றுவிக்கின்றன. தொடர்பு உடைந்து போகிறது. மேற்கத்திய நாடுகளின் சட்டங்கள் பயங்கரவாதம் குறித்து எந்த ஒரு புதிய வழிகளையும் உருவாக்கக் கூடியனவாக இல்லை. தேவை என்னவெனில் மனமாற்றமே! அச்சத்திலிருந்து விடுதலை! வாழ்க்கை நிலைகளில் முன்னேற்றம்! பரஸ்பரத் தொடர்பு! நம்பிக்கை என்பது அன்றாட தொடர்புகளில் உருவாக்கப்பட வேண்டும். புதிய அரசியல் கலாச்சாரம் உருவாக்கப்படவேண்டும் என்கிறார் ஹேபர்மாஸ். பெரும்பாலான வன்முறைகள் இன்று தற்காப்பு வன்முறைகளே என்கிறார் ஹேபர்மாஸ். மேலும் ஜனநாயக மரபுகள் சரியான முறையில் வளர்த்தெடுக்கப்படாமையும் ஒரு முக்கிய காரணம் என்கிறார். நல்ல மரபுகள் போற்றப்பட வேண்டும். வரலாறு விமர்சனத்துக் குள்ளாக்கப்பட்டு பாதுகாக்கப்படவேண்டும். ஆனால் மறுமலர்ச்சிக் காலம் முன்வைத்த அறிவியல் - அறிவு அனைத்தும் இன்று தோல்வியைத் தழுவிவிட்டன என்பதும் சோகமான உண்மை என்கிறார் இவர். அரசியல் நிகழ்வுகளையும், வரலாற்றையும் விமர்சனம் செய்து பார்க்கும் தன்மையை அது இழந்ததனால் அரசியல் காட்டு மிராண்டித்தனம் தலைதூக்கத் தொடங்கியது என்பது இவரின் கருத்து.

செப்டம்பர் 11 – என்பதும், அமெரிக்க பென்டகன் தாக்குதலும் நவீனத்தையும், மதச்சார்பின்மையையும், நிராகரிக்கும் செயல் என ஹேபர்மாஸ் கருதுகிறார். சாமுவேல் ஹடிங்டன் என்பவர் எழுதிய 'நாகரீகங்களுக்கிடையிலான மோதல்' (1993) எனும் புத்தகத்தில் அவர் 21-ம் நூற்றாண்டின் மாபெரும் சவாலாக இஸ்லாமிய நாகரீகம் இருக்கும்; 'கலாச்சாரம்' என்பதின் அடிப்படையில் அது

பிற நாகரீகங்களுடன் மோதும்; அங்கு பொருளாதாரம் முக்கிய பங்கை வகிக்காது என்றார். ஆனால் ஹேபர்மாஸ் ஹடிங்டனின் நிலை பாட்டை மறுக்கின்றார். ஹேபர்மாஸ் இந்த மோதல்களுக்கு அடிப்படைக் காரணம் சரியான தொடர்பின்மையே. புரிதல் இன்மையே. அதற்கு முக்கிய காரணம் பொருளாதாரம் ஆகும் என்கிறார். மேற்கத்திய நாடுகள் வளரும் நாடுகளில் தங்கள் நிதி மூலதனத்தைப் பெருக்கி பணத்தைச் சுரண்டக் கூடாது என்கிறார். ஜனநாயகம், சுதந்திரம் என்பனவற்றின் உண்மைப் பொருளைச் சிதைத்து நுகர்வியக் கலாச்சாரத்தை ஜனநாயகமாக முன்னிறுத்துவதும் பயங்கரவாதத்திற்கு மற்றுமொரு காரணமாகும் என்கிறார்.

இவையனைத்தையும் சரிசெய்யும் தீர்வாக ஹேபர்மாஸ் சரியான அரசியல் சாசனங்கள் தேவை என்கிறார். சுதந்திர ஜனநாயகம் என்பது சரியான சட்ட அமைப்பைக் கொள்ளவேண்டும். அது நீதியை நிலைநாட்டும் வகையில் அமைக்கப்பட வேண்டும். அப்படிப்பட்ட சாசனம் அந்த சமூக மக்களின் ஒப்புதலுடன் அமைக்கப்படும் என்கிறார். இம்மாதிரி சமூகத்தில் சகிப்புத்தன்மை வளர்கிறது. நாத்திகர்களை ஆத்திகர் பொறுத்துக் கொள்கிறார்கள். இஸ்லாமியரை, கிறிஸ்துவர் பொறுத்துக் கொள்ளுகின்றனர். இச்சமூகத்தில் அனைவருக்குமான சமவாய்ப்பு ஏற்படுகிறது. இந்த ஜனநாயக சமூகத்தில் விமர்சிக்கும் உரிமை அனைவருக்கும் கிடைக்கும். எனவே ஹேபர்மாஸ் ஜனநாயக சட்டங்களின் பால் நம்பிக்கை வைக்கின்றார். மேற்கத்திய வளர்ந்த நாடுகள் அடக்குமுறைத் தன்மைகளை கைவிட்டு பிற நாடுகளுக்கு தங்களின் தோழமை மீது நம்பிக்கை வரச்செய்வதும், சட்டங்களில் உண்மையான சுதந்திரத்திற்கான கூறுகளைக் கொண்டு வருவதும், சிதைக்கப்படாத தொடர்புகள் என்பதும் பயங்கரவாதத்தைத் தவிர்க்கும் என ஹேபர்மாஸ் கருதுகிறார்.

மதங்கள் குறித்து ஹேபர்மாஸ்

மதங்கள் குறித்த ஹேபர்மாசின் கருத்துக்கள் படிப்படியாக மாறி வந்துள்ளன. 1980ல் இளைஞராக இருந்தபோது மார்க்சியராக மதங்களுக்கு எதிராக விளக்கங்களைக் கொடுத்து வந்தார். மதங்கள் மக்களை கட்டுப்படுத்தும் சாதனங்கள் என்றும் கூறி வந்தார். எண்பதுகளுக்குப் பிறகு சில ஆண்டுகள் கழித்து மதங்களை கடுமையாக விமர்சனம் செய்வதை தவிர்த்து விட்டு, மதச்சார்பற்ற விமர்சகராக இருந்தார். மத நம்பிக்கை என்பது தனிப்பட்ட மனிதர்களுடைய விருப்பு வெறுப்புக்களை பொறுத்தது என்று கூறத் தொடங்கினார். பின்னால் மதங்கள் என்பவை சமுதாயத்தில் ஆக்கப்பூர்வமான பங்களிப்புகள் செய்யக் கூடும் என்றும் பேசத் தொடங்கினார்.

மதங்கள் பொது வெளியில் ஏற்படுத்தும் தாக்கத்தை அவர் கவனித்தார். உச்ச நிலை முதலாளியத்திற்கும், ஜனநாயகத்திற்கும் இடையே உள்ள இறுக்கத்தையும் ஆராய்ந்தார். ஜனநாயகம் என்ற அரசமைப்பு மக்களின் நம்பிக்கையை இழக்கும் ஆபத்தையும் குறிப்பிட்டார். இந்த நிலையில் விமர்சனக் கோட்ப்பாடு புதிய தளங்களில் தன் பார்வையை திருப்பவேண்டிய அவசியம் இருக்கின்றதாகக் கருதினார். அதன் விளைவாக அவர் முன் வைத்த கருத்தியல்தான் பின்னை மதச்சார்பின்மை சமூகம் (Post Secular Society) என்பதாகும்.

மதங்கள், மனிதர்கள் சுதந்திரத்திற்கும் ஒற்றுமைக்கும் மாண்பை போற்றுவதற்கும் உதவி புரிகின்றன என்று மதங்கள் குறித்த அவர் பார்வை மாறத் தொடங்கியது. கிறித்துவம், தனிமனித சுதந்திரம், மக்கள் ஒற்றுமை, மனித உரிமை, ஜனநாயகம் போன்றவற்றிற்கு அடிக்கல் நாட்டி இருப்பதாக அவர் கருதத் தொடங்கினார். அதே போன்று யூத மதமும் இத்தளங்களில் பங்களிப்பு செய்வதாக அவர் நினைத்தார். இனிமேல் மதங்களுக்குள்ளாக நிறைய நல்ல அம்சங்களும் புதைந்து கிடப்பதை நாம் புரிந்து கொள்ள வேண்டும் என்றும் பேசத் தொடங்கினார்.

தற்போதைய பன்மை கலாச்சார சூழலில் நாடு விட்டு நாடு மக்கள் இடப்பெயர்ச்சி செய்துவரும் வேளையில் ஒரு மதத்தை இன்னொரு மதத்தினர் பொறுத்துக்கொள்ளும் மனோபாவத்தை வளர்த்துக் கொள்ளும் அவசியம் உள்ளது. எல்லா நாடுகளும் எல்லா மதங்களுக்கு சமமான இடத்தை கொடுக்கும் நிலமையும் உருவாகும் என்றார்.

மதச்சார்பின்மை குறித்து அவர் 2007 இல் எழுதிய நூலில் அடுத்து வரும் போப் ஆண்டவருடன் நடத்திய உரையாடலை பதிவு செய்துள்ளார். மத நம்பிக்கை அற்ற பகுத்தறிவை மட்டும் கொண்டு சுதந்திரமான ஜனநாயகமான சூழலை நாட்டில் உருவாக்க முடியுமா என்ற கேள்வியை அவர் அதில் விவாதித்துள்ளார். இன்றைய சமூக தளத்தில் மதங்களின் பங்கு எத்தகையதாக இருக்கின்றது, எத்தகையதாக இருக்க வேண்டும் என்பது குறித்தும் விவாதித்திருக்கிறார். நவீனத்துவத்திற்கும் மதத்திற்கும் இடையே உள்ள முரண் குறைக்கப்படவேண்டும் என்றும் அது உரையாடல்கள் மூலமாக செய்யமுடியும் என்றும் கூறினார். உறுதியான காரண காரியங்களை முன் வைக்கும் விமர்சனக் கோட்பாட்டை துறக்காமலேயே மதங்களுடன் உரையாடல்கள் சாத்தியப்படும். மதங்கள் என்று சொல்லும் போது அவை வெறும் கருத்தியல் குறித்தவை மட்டுமல்ல, அவற்றின் புராணங்கள், குறியீடுகள்,

சடங்குகள் போன்றவையும் உள்ளடங்கும். மதங்கள் இவற்றின் மூலமாகவே மனிதர்களின் நடத்தைகளை மாற்றி அமைக்கின்றன.

இன்றைய உலகமயமான சூழலில், பன்மையியம் பரவி வருகின்றது. இந்நிலையில் மதங்கள் குறித்த புரிதல்களும் மாறுதல்களுக்கு உள்ளாகி வருகின்றன. இத்தருணத்தில் பல் வகை உரையாடல்கள் பொதுவெளியில் பொறுப்புடன் மேற்கொள்ள வேண்டியிருக்கின்றது என்கிறார். உரையாடல் என்று குறிப்பிடும்போது உறவுகளையும், ஜனநாயகத்தையும் செழிக்கவைக்கும் வகையிலான ஜனநாயகப் பூர்வமான உரையாடல்களை குறிப்பிடுகின்றார். கருத்து வேறுபாடுகளை அதிகரிக்கவைக்கும், மோதல்களை உருவாக்கும் வகை உரையாடல்களை அவர் குறிப்பிடவில்லை. பொது வெளிகளில் மதங்களின் குரல்களை நசுக்குவது என்பதும் சமய நம்பிக்கைகளுக்கு இடம் அளிக்காமல் இருப்பதும் மக்களின் சுதந்திரத்திற்கு எதிரான ஒருவகை அடக்குமுறையே என்று குறிப்பிட்டார்.

மதங்கள் சமூகத்தைக் கட்டுப்படுத்துவதாக இருக்கும் என்று ஆரம்ப காலத்தில் சந்தேகப்பட்ட ஹேபர்மாஸ், பின்னர் மதங்களுக்கு சமூகத்திலே அறம் சார்ந்த விஷயங்களைப் பலப்படுத்தவும், மக்களிடையே அன்பையும், ஒற்றுமையையும் உருவாக்கவும் உதவக்கூடிய கூறுகள் இருக்கின்றன என்ற விளக்கத்தைக் கொடுக்கத் தொடங்கினார்.

“பின்னை மதச்சார்பின்மை சமுதாயம்” (Post Secular Society) என்ற புதிய கருத்தியலை கட்டமைத்து அதன் மூலமாக இன்றைய நிலையில் சமூகத்தில் மதங்களின் போக்கு என்னவாக இருக்க வேண்டும் அவற்றை எவ்வாறு மதிப்பீடு செய்ய வேண்டும் என்று விளக்கியுள்ளார் ஹேபர்மாஸ். தனிநபர்கள் வழிபடும் கடவுள் நம்பிக்கைகள் குறித்து அவர் பேசவில்லை. மாறாக மாக்ஸ் வெபர் குறிப்பிட்டதுபோல கடவுளை மையப்படுத்தி வடிவமைக்கப்பட்ட மதம் என்ற நிறுவன அமைப்பு பற்றி அலசினார். ஜனநாயக நாடு

மக்களின் மத உணர்வுகளுக்கு மரியாதை அளிக்க வேண்டும் மதிப்பு அளிக்க வேண்டும் என்கிறார்.

மத நம்பிக்கைகள் கொண்டிருப்பது என்பது மக்களின் சிவில் உரிமையாகவும் கருதுகிறார் அந்த வகையிலே அது மதிக்கப்பட வேண்டும் என்று விளக்குகிறார். இப்படிக் கூறும் இதேவேளையில் மதம் அரசோடு இணையக் கூடாது என்றும் கூறுகிறார். அரசியலும் மதமும் கைகோர்க்க கூடாது என்பதிலும் கவனமாக இருக்கிறார். அதே சமயத்தில் அரசு மக்களின் மத நம்பிக்கைகளை, அது சார்ந்த அவர்களுடைய செயல்பாடுகளை, பழக்கங்களை நசுக்குவது தவறு என்கிறார். குறிப்பாக மத நம்பிக்கை கொண்ட சின்னங்களை அணிவதையும், உடைகளை அணிவதயும் அரசு தடுக்கக்கூடாது என்று கூறும் ஹேபர்மாஸ் அது பண்பாட்டு உரிமை என்று கூறுகிறார். ஒருவரின் பண்பாட்டு உரிமையை அரசு மதிக்க வேண்டும் எனவே மத நம்பிக்கை என்பதும் அது சார்ந்த செயல்பாடுகள் என்பதும் மதிக்கப்பட வேண்டியவை என்றும் விளக்குகிறார்.

அமெரிக்காவின் அதிபர் பதவி ஏற்கும் பொழுது பைபிளின் மீது பிரமாணம் எடுத்து பதவி ஏற்பது சரியானது அல்ல அது அரசியலில் மதத்தை திணிப்பது ஆகும் என்றும் கருத்து தெரிவித்திருக்கிறார். ஒரு புறம் மக்களுடைய மத நம்பிக்கைகளுக்கு மரியாதை கொடுக்கும் ஆனால் தூக்கிப் பிடிக்காத மதச்சார்பின்மையையும், மறுபுறம் அரசு மற்றும் அரசியலதிகாரம் மதத்துடன் இணையக் கூடாது என்பதையும் அவர் நவீனத்துவத்தின் கூறாக வலியுறுத்துகிறார்.

1789 பிரெஞ்சு புரட்சிக்கு பிறகு பிரான்ஸ் அரசு மதங்களின் பாதுகாவலராக விளங்கி வருவது, நாட்டின் சுதந்திரத்திற்கு ஊறுவிளைவிக்கும் என்கிறார். ஜனநாயக நாட்டிலே அவரவர் விருப்பப்படி உங்கள் நம்பிக்கைகளை பின்பற்றுவதற்கு வாய்ப்பு அளிக்கப்பட வேண்டும். அதே சமயம் அரசு எந்த மதத்தையும் சார்ந்ததாக ஆகிவிடக்கூடாது என்றும் எச்சரிக்கின்றார்.

மனிதர்கள் சிறப்பாக வாழவும், விடுதலை பெற்று வாழ்வதற்கான கூறுகள் மத நம்பிக்கைகளில் இருக்கின்றன என்றும் குறிப்பிடுகிறார். சில சமயங்களில் மதங்கள் மனிதர்களின் சுதந்திரத்திற்கு தடையாக இருக்கின்றன என்று என்பதையும் அவர் மறுக்கவில்லை. புதிய ஜனநாயக கூறுகளான பொறுப்பு, தன்னாட்சி தனித்துவம் போன்றவை உருவாவதற்கு மதங்களின் புனித நூல்கள் உதவி செய்திருக்கின்றன என்கிறார். மக்கள் ஒற்றுமையாக இணைந்து வாழவும் மதங்கள் உதவுகின்றன என்று கூறும் ஹேபர்மாஸ் மதங்கள் என்று குறிப்பிடும் பொழுது அவர் கிறித்துவத்தையும், யூத மதத்தையும் மட்டுமே மனதில் கொண்டுள்ளார் என்பதை அறிய முடிகிறது.

இன்றைய காலகட்டத்தில் உச்சநிலை முதலாளித்துவம் வேகமாக பரவி, மனிதர்களை தொழில் நுட்பத்திற்கு அடிமையாக்கி இருக்கின்ற வேளையில் அதிலிருந்து மனிதர்களை மீட்பதற்கு மதங்களின் பங்கு முக்கியமானது என்று விளக்குகிறார். வால்டர் பெஞ்சமின், எர்னஸ்ட் ப்ளாக் போன்றவர்கள் பழமையான நாத்திகக் கருத்துக்களுக்கு எதிராக மத உருவகங்கள் எவ்வாறு உண்மைக்கு நெருக்கமானவை என்று எவ்வாறு விளக்கினார்களோ அந்தப் பாதையை ஹேபர்மாஸ் பின்பற்றினார் எனலாம். நுகர்வோர் பண்பாடு வீரியம் அடைந்துள்ள நிலையில், மக்கள் மின்னனு சாதனங்களில் தங்கள் சுயத்தை இழக்கும் வேளையில், மனிதர்கள் அதிலிருந்து விடுபட இருக்கின்ற மாற்று வழிகளில் முக்கியமான ஒன்றாக மதத்தை குறிப்பிடுகிறார். மதங்கள் பகுத்தறிவிற்கு எதிரானவை அல்ல என்று இம்மானுவேல் காண்டைப் போல இவரும் கருதுகிறார். மாறாக மத நம்பிக்கைகள் பகுத்தறிவிற்கு ஆதரவாகத்தான் இருக்கும் என்றும் விளக்குகிறார்.

பகுத்தறிவுப் பாதையில் சமூகம் வேகமாக முன்னேறுகையில், பகுத்தறிவுப் பாதை மாறி மக்களை போர் வன்முறைகள், அதிகார வெறி போன்ற அழிவுப்

பாதைகளுக்குக் கொண்டு சென்று விடாமல் சரியான பாதையில் செல்வதற்கு மதங்களின் ஆன்மிகம் தேவை என்கிறார். மனித நாகரீக வளர்ச்சிக்கு மதம் கண்டிப்பாக தேவை என்ற போதிலும் அது அரசியல் அதிகாரத்தை கைப்பற்ற கூடிய அளவில் அது இருக்கக்கூடாது என்பதில் கறாராக இருக்கின்றார்.

ஒருபுறம் மதத்தினுடைய நன்மை பயக்கும் கருத்துக்களை ஆதரிக்கும் ஹேபர்மாஸ் மறுபுறம் அது அரசியலோடு சேரக் கூடாது என்பதிலும் கண்டிப்பாக இருக்கிறார். ஜனநாயக அரசியலமைப்பு என்பது எந்த மதத்தையும் சார்ந்து இருக்கக் கூடாது என்றும் வலியுறுத்துகிறார்.

பன்மைத்துவத்தை ஏற்கும் ஹேபர்மாஸ் எல்லா சமயங்களுக்கும் உரிமைகள் வழங்கப்படவேண்டும், பண்பாட்டு வெளியில் பல கலாச்சாரங்கள் இன்று கைகோர்க்க தொடங்கியுள்ள நிலையில் சகிப்புத்தன்மையும் இணைப்பு தன்மையும் மேலோங்க வேண்டும் என்கிறார். பல மதங்களின் கலப்பு நிகழ்கின்றது புதிய பண்பாடுகள் அதன் விளைவாக உருவாகின்றன என்பதையும் அவர் அவதானிக்கின்றார். உலகின் பெருவாரியான மக்கள் பல்வேறு வகையான மத நம்பிக்கைகளை வாழ்வின் அடிப்படையாக கொண்டு இருக்கிறார்கள். இறை நம்பிக்கை அற்றவர்கள் கூட பிற்காலத்தில் ஏதேனும் இறை நம்பிக்கையை பற்றுகிறார்கள். அதே போல நிறைய மக்கள் இறை நம்பிக்கைகள் அற்றும் இருக்கிறார்கள். அவர்கள் மதச்சார்பின்மை அடிப்படையில் அறக் கோட்பாடுகளை உருவாக்கினாலும், அவை பயன்பாட்டு வாதத்தின் அடிப்படையிலேயே அமைந்திருக்கின்றன. ஆகையால் மாறக்கூடிய பண்பைப் பெறுகின்றன.

பழமையான மதவாதத்தின் படி மனிதன் அவனுடைய மாண்பு என்பது கடவுள் என்பவர் மனிதர்களை உருவாக்கினார் என்பதினால் அவரை மையமாகக் கொண்டே திகழ்ந்தது. ஆனால் இன்று அது வேறு வடிவம் பெற்று வருகிறது. மனிதர்கள் புற நிலை எதார்த்தங்களை கணக்கிலெடுத்து மதக்

கோட்பாடுகளை மாற்றியமைக்கத் தொடங்கிவிட்டார்கள். பழமையான மரபு சார்ந்த கட்டுப்பாடுகளை விட்டு விலகி வந்து விட்டார்கள். பொது வெளியில் மதம் சுறு சுறுப்பாக இயங்குகின்றது. பன்மைத்துவம் கொண்ட வாழ்வியல் முறைகளை மதங்கள் பேச வேண்டிய அவசியம் எழுந்துள்ளது. இன்று உலகை அச்சுறுத்தும் பிரச்சினைகளான, போர், அகதிகள் பிரச்சினை, ஏழ்மை, மனித உரிமைகள் நசுக்கல், சூழலியல் பாதிப்பு போன்ற பல முக்கிய பிரச்சினைகள் மத உரையாடல்களில் இடம் பெறத்தொடங்கியிருப்பதைக் கவனிக்க வேண்டும். அதன் நீட்சியாக பொது வெளிகளில் மத நம்பிக்கை அற்றவர்கள் கூட இம்மாதிரி உரையாடல்களில் பங்கேற்பது அவசியம் என்கிறார். காலத்தின் போக்குகளைக் கணக்கில் கொண்டு, மாற்றங்களைப் புரிந்து கொண்டு, அரசும் சமயமும் ஒன்றுக்கொன்று இணக்கமாக செல்ல வேண்டும். அரசியல் அதிகாரமும், மத சார்பு இல்லாமல் செயல்பட வேண்டும். அப்படி இல்லை எனில், ஒரு மதத்தின் பெயரால் எதேச்சதிகாரம் தலைவிரிக்கும். பிற மதங்களைச் சேர்ந்தவர்கள் துன்புறுவர் என்று கூறும் ஹேபர்மாஸ், மதங்களின் நல்ல பண்புகளை மட்டும் பாரட்டி பேசுவது மட்டுமல்ல அவை சமூகத்தின் இணக்கத்திற்கும் தேவையானவை என கருதுகின்றார். ஹேபர்மாசின் இந்த கருத்துக்களுக்கு எதிராக கடுமையான விமர்சனங்கள் எழுந்த போதிலும், அவர் இவற்றை இன்னும் பரந்த தளத்தில் எடுத்துச் செல்லுகின்றார்.

முடிவாக...

ஹேபர்மாஸ் தொடர்ந்து சமூக நிகழ்வுகள் குறித்து பலத்த அக்கறையுடன் எதிர்வினை ஆற்றிவருபவர். மார்க்சியத்தின் நோக்கத்தை பெரிதும் மதிப்பவர். உலகின் விடுதலை என்பது மானுட அறிவில்தான் உள்ளது. அதற்கான அறிவை வளர்ப்பது என்பதே முக்கியம் எனும் இவர் மார்க்சியம் குறித்த பல விமர்சனங்களை முன்வைக்கிறார். உண்மையில் சொல்லப்போனால் அவர் முன் வைக்கின்ற விஷயங்களைத்தான் இன்று இந்தியா போன்ற ஜனநாயக நாடுகளில் மார்க்சியர்கள் செய்து வருகின்றார்கள். குறிப்பாக சட்டத்தினை மக்களுக்கானதாக மாற்ற செயல்படுதல், அரசின் செயல்பாடுகளை விமர்சன ரீதியாக எதிர்கொள்ளுதல், வன்முறையற்ற மற்றும் சட்டத்திற்குட்பட்ட எதிர்ப்புகள் மூலம், பொதுக் கருத்துக்களை பொதுக்களங்கள் மூலம் உருவாக்குவதன் மூலம் சமூக மாற்றத்தைக் கொண்டு வர முயலுதல் ஆகியவற்றை நாம் கணக்கிலெடுக்க வேண்டும். உலகமயமாதல், பயங்கரவாதம், பின்நவீனத்துவம் ஆகிய வற்றையும் ஹேபர்மாஸ் கடுமையாக எதிர்ப்பதையும் கணக்கில் எடுக்கவேண்டும்.

என்னதான் எதிர்மறை இயங்கியல் (Negative Dialetics), பின் அமைப்பியல் (Post-Structuralism), கட்டுடைத்தல் (Deconstruction) என்றெல்லாம் முழக்கமிட்டு பின் நவீனத்துவவாதிகள் நவீனத்துவத்தை எதிர்த்தாலும் அவர்கள் அனைவரும் ஒரு வகையில் ஹெகலிய சிந்தனையின் விளிம்பில்

நிற்பவர்களாவார்கள் என்கிறார் ஹேபர்மாஸ். இவர்களின் இச்சிந்தனைகள் நவீனத்துவ பிரச்சினைகளிலிருந்து தப்பித்துக் கொள்ள வழி வகுப்பவை என்று கூறினாலும், இறுதியில் அவை நவீனத்துவத்திற்குள்ளேயே வந்து விழுகின்றன என்கிறார் ஹேபர்மாஸ். பின்நவீனத்துவம் நவீன கலாச்சாரம், சமூகம் போன்றவற்றை நிராகரிக்கும்போது, ஒட்டுமொத்தமாக உடலுழைப்பு, தேர்ந்தெடுக்கும் சுதந்திரம் போன்ற முக்கிய அம்சங்களையும் தூக்கி எறிந்து விடுகின்றது என்கிறார். இதில் விசேஷம் என்னவென்றால் இவைதான் பின்நவீனத்துவத்திற்கும் அடிநாதமான அம்சங்கள் ஆகும். மானுடம் ஒவ்வொரு நாளும் தன் செயல்பாட்டின் மூலமாக விடுதலையாகும் பணியை செய்துதான் வருகிறது. அதன் மலர்ச்சி என்பது ஒரு தொடர் நிகழ்வாக நடைபெறுகிறது. அன்றாட வாழ்வாக செயல்பாடுகளில் பகுத்தறிவு குடிகொள்ளாவிடில் தத்துவம் வாழ்வில் பலனற்றதாகிவிடும். தத்துவ அலசல் அல்லது ஆய்வு என்பது வாழ்வியல் உலகின் எல்லா அம்சங்களுடன் சம்பந்தப்பட்டது. அதைத் தூக்கி எறிந்து விட்டு எல்லாமே விளையாட்டு என்று பின்நவீனத்துவ பாணியில் பார்த்தால் வாழ்க்கை அர்த்தமற்ற வெறும் விளையாட்டாகத் தெரியும். பின்நவீனத்துவவாதிகளின் இந்நிலைப்பாடு குழப்பமான சமூகத்திற்கு இட்டுச் செல்லும். அது பல சமயங்களில் தறுதலைத் தனமான செயல்பாட்டுடன் கைகுலுக்கும் ஆபத்து நேரிடும். எனவே கருத்துச்சுதந்திரமும், செயல் சுதந்திரமும், நெருக்கடியற்ற உடன்பாடு கொள்ளும் சூழலும் கொண்ட தொடர்புச்செயல் என்ற பொறுப்பான நிகழ்வை முன்வைத்து அதனையே பின்நவீனத்துவத்திற்கான பதிலாக, மாதிரியாக ஹேபர்மாஸ் காப்பது ஜனநாயக செயல்பாடுகளுக்கு செழுமை சேர்க்கும் தத்துவப் பங்களிப்பாகும். மானுட் விடுதலைக்கு பல தத்துவ ஞானிகள் வழிகாட்டிச் சென்றுள்ளனர். அந்தப்பாதையில் தன்னுடைய அபரிமிதமான அயராத உழைப்பினால் கொடுத்துள்ள பங்களிப்பின் மூலம் ஹேபர்மாஸ் வரலாற்றில் இடம் பெறுகிறார் என்பது மறுக்க முடியாத உண்மை ஆகும்.